# बुडत्याचा पाय खोलात आणि इतर कथा.

प्रल्हाद दुधाळ

Made with ♥ on the Notion Press Platform
www.notionpress.com

अर्पणपत्रिका.

आयुष्यातल्या प्रत्येक निसरड्या क्षणी

आता सगळ संपलं असं वाटत असताना,

अचानक आधार देऊन सावरणाऱ्या

ज्ञात अज्ञात हातांना कृतज्ञतापूर्वक अर्पण!

# अनुक्रमणिका

# ऋणनिर्देश, पावती

लेखकाचे मनोगत.

नमस्कार,

मी प्रल्हाद दुधाळ,निवृत्त उपविभागीय अभियंता बीएसएनएल पुणे, नोकरीबरोबरच सकस वाचन आणि लेखनाचा छंद मी जोपासला आहे.

आत्तापर्यंत माझे खालील साहित्य प्रकाशित झाले आहे -

वैचारिक लेख संग्रह -

मना दर्पणा (चपराक प्रकाशन पुणे )

कविता संग्रह-

काही असे काही तसे. (पार्वती पब्लिकेशन पुणे)

सजवलेल क्षण. (चपराक प्रकाशन पुणे)

चारोळी संग्रह -

चारोळ्या- मनातल्या जनातल्या. (नोशनप्रेस)

प्रातिनिधिक कविता संग्रहांत सहभाग-

शब्दस्नेही (शब्दस्नेही समूह मुंबई)

बकुळ (वल्लरी प्रकाशन, पुणे )

कथा - अनेक दिवाळी अंकात कथा प्रसिध्द झाल्या आहेत.

मातृभारती, ब्ल्यू पॅड आणि प्रतिलिपीवर नियमित लेखन.

प्रस्तुत 'बुडत्याचा पाय खोलात आणि इतर कथा' या संग्रहात एक दीर्घकथा आणि इतर पाच कथांचा समावेश केला आहे. समाजाच्या विविध थरातल्या लोकांच्या जीवनात घडलेल्या या काल्पनिक कथा आहेत.

विविध मराठी दिवाळी अंकात माझ्या आत्तापर्यंत पन्नासच्यावर कथा प्रकाशित झाल्या आहेत.

या कथासंग्रहातील प्रत्येक कथा वाचकांच्या पसंतीस उतरेल अशी आशा आहे.

NOTIONPRESS च्या सेल्फ पब्लिशिंग टूल चा आधार घेऊन मी हे माझे दुसरे पुस्तक स्वप्रकाशित करत आहे.पुस्तकाचे कव्हर डिझाईन ते ले आऊट NOTION च्या मदतीने माझे मीच केले आहे. NOTIONPRESS.in चे खूप खूप आभार!

हा कथा संग्रह आकाराला येताना नकळत काही त्रुटी राहिल्या असणे शक्य आहे.

माझा हा प्रयत्नही आपण गोड मानून घ्याल अशी आशा करतो..

आपल्या प्रतिक्रियांचे स्वागत आहे.

(सर्व हक्क लेखकाधीन)

प्रल्हाद दुधाळ, पुणे.

(9423012020)

# नांदी, प्रस्तावना

बुडत्याचा पाय खोलात आणि इतर पाच कथांचा या माझ्या कथा संग्रहात समावेश केलेला आहे...

या कथांची ही थोडक्यात झलक..

1.बुडत्याचा पाय खोलात ही दीर्घकथा अरविंदा नावाच्या एका सरळ साध्या सामान्य माणसाची आहे.

आपले आयुष्य आपल्या चौकोनी कुटुंबाबरोबर अत्यंत आनंदात व्यतीत करणाऱ्या अरविंदाच्या जीवनात अचानक एक वादळ आले.त्याच्या दोन जुळ्या मुलांपैकी एका मुलाच्या चुकीने एक अपघात झाला आणि त्या अपघाताने दुसऱ्या मुलाच्या आयुष्याची धूळधाण झाली. एका अपघाताच्या निमित्ताने सुरु झालेली आयुष्याची वाताहत मग थांबता थांबेना,एकामागोमाग एक आलेल्या संकटांवर मात करताना त्याने सुचेल तशी केलेली धडपड आणि त्यातून सावरण्याऐवजी त्याचे अजूनच गोत्यात येणे..

खोल पाण्यात बुडतोय म्हणून जीवाच्या आकांताने हात पाय जोरात मारावेत आणि पाण्यातून वर येण्याऐवजी पाय अजूनच खोलात रुतावेत...अरविंदच्या आयुष्याची नियतीने केलेली परवड - बुडत्याचा पाय खोलात!

೧⸲೨

2. त्या दोघी -कारणे भली वेगवेगळी होती;पण केवळ योगायोगाने एकत्र आलेली सुमन आणि सरूबाई..वेगवेगळ्या परिस्थितीत निराधार झालेले हे दोन जीव स्वतःला सावरता सावरता एकमेकांचा आधार होऊन जीवनाची संध्याकाळ व्यतीत करण्याचा प्रयत्न करतात.. त्या दोघींची आगळी वेगळी कथा आणि व्यथा -त्या दोघी!

೧⸲೨

3.आत्मघात..आईवडिलांनी आपल्यासाठी कष्ट उपसले,आपले लाड केले, मग ते म्हणतात तसे वागायलाच हवे! भले आपली कुवत असो वा नसो.. त्यांचा शब्द पडू द्यायचा नाही.आपल्या आई वडिलांची समाजातली प्रतिष्ठा जपण्याच्या दबावाखाली गौरव आई म्हणेल ते करत होता. तिचे स्वप्न साकारण्यासाठी ती म्हणेल ते शिक्षण घेत होता.अपयश पचवण्याची सवय नसल्याने अचानक आलेल्या एका अपयशाने तो निराशेच्या गर्तेत सापडला आणि त्याने तो टोकाचा निर्णय घेतला.कुटुंबातल्या विसंवादाचा अजून एक बळी-गौरव, त्याची ही कथा- आत्मघात!

♾

ज्ञानबा एक कष्टाळू शेतकरी,लागोपाठ पडलेल्या दुष्काळाने त्याचे जगणे अवघड झाले होत;पण म्हणतात ना -आशा वाईट असते! 'आपण जर अर्धवट असलेले विहिरीचे काम पूर्ण केले तर तिला पाणी लागेल आणि संकटातबाहेर येऊ' असे स्वप्न त्याने पाहिले आणि त्या स्वप्नाचा मागोवा घेण्यासाठी आवाक्याबाहेचे निर्णय घेतले...त्या ज्ञानबाच्या जीवनाची दुर्दैवी कहाणी म्हणजे ही कथा- विहीर!

♾

5. एका गावातल्या एस टी स्टँडवरचे एक निर्जीव बाकडे,या बाकड्याच्या आधाराने राहणारी,गावात भीक मागून आपली गुजराण करणारी एक म्हातारी - तुळसाबाय,आणि केवळ योगायोगाने तिच्या जीवनात काही काळासाठी आलेली मुलगी मंजुळा,या दोघींचे त्या बाकड्याच्या साक्षीने जुळलेल्या आणि तुटलेल्या नात्यांची कहाणी -बाकडे!

♾

6. अजूनही आपल्याकडे अनेकजण आपल्या मुलीचे लग्न म्हणजे एक जबाबदारी समजतात आणि आलेल्या स्थळाच्या मिळालेल्या माहितीची वरवर पडताळणी करून लग्न अक्षरशः उरकले जाते.ऑनलाईन माहितीवर विसंबून लताचे लग्न ठरवले

जाते,थाटामाटात पार पडते. प्रत्यक्षातलताची प्रचंड फसवणूक झालेली लक्षात येते ..दुर्दैवी लताची कहाणी- सुटका!

# १

# बुडत्याचा पाय खोलात..

अरविंदाला आज पहाटेच जाग आली होती.

तो रात्रभर तसा तळमळतच होता.पहाटे थोडाफार डोळा लागला तेव्हढाच, नाहीतर तो रात्रभर जागाच होता.

"श्रीहरी विठ्ठला पांडुरंगा!"

नेहमीप्रमाणे पांडुरंगाच्या नावाचा गजर करत त्याने आकाशाकडे पाहून हात जोडले.

आजचा दिवस त्याच्यासाठी फार मोठ्या परीक्षेचा होता.

आज खूप घाई करावी लागणार होती.आश्रमातल्या लोकांनी सकाळी दहाची वेळ दिलेली होती.

"वसंताला घेउन दिलेल्या वेळेत आश्रमात पोहोचा.."

असे आवटे साहेबांनी चार चार वेळा बजावले होते. अजून स्वतःचं सगळ उरकून वसंताला उठवायचं, त्याला तयार करायचं,त्याचं उरकून द्यायचं!"

"बापरे,हात उचलायला हवा...खूपच घाई करावी लागणार..."

त्याने भराभर दात घासले,आंघोळ उरकली, देवपूजा उरकून घेतली आणि वसंताकडे वळला.

वसंता अजून शांतपणे झोपला होता.त्याला हलवून उठवायचं खर तर अरविंदाच्या जीवावर आलं होतं; पण आज नाईलाज होता.त्याला आज एकदाच शेवटचं हे अप्रिय काम करावं लागणार होतं.

शांतपणे झोपलेल्या वसंताकडे बघून त्याचे डोळे भरून आले होते.आपले वाहणारे डोळे कसेबसे पुसून त्याने आपल्या भावनांना आवर घातला....

त्याने वसंताला हलकेच हाक मारली.

" वसंता बाळा उठ रे आता, आपल्याला दहा वाजता आश्रमात पोचायला हवं."

गाढ साखरझोपेत असलेल्या वसंतापर्यंत ती हाक पोहोचणे शक्यच नव्हते.

अरविंदा आता वसंताजवळ पोहोचला आणि त्याने हलकेच त्याला हलवले. वसंता जागा झाला,आपल्या निर्जीव डोळ्यांवर दोन्ही हात चोळले, बाजूला हात पसरून त्याने आळस दिला.

त्याला अचानक आठवले...

" अरे,आजपासून आपल्याला आश्रमात जायचंय..."

अरविंदाने हात पकडून त्याला आधार दिला,त्याला त्याच्या पायावर उभं केलं, आधार देत, त्याला ओढत घरातल्या बाथरूमकडे नेलं. त्याचं तोंड धुवायला त्याने मदत केली, तोंड पुसून दिले.आपल्या हाताने त्याला नुकताच तयार करून ठेवलेला चहा पाजला.

आज वसंताने तोंडातून उठल्यापासून एकही शब्द उच्चारलेला नव्हता. निमूटपणे अरविंदाच्या इशाऱ्याप्रमाणे तो वागत होता. मनातून त्याला अत्यंत उदास वाटत होते ....

लहानपणापासून ज्या घरात तो राहिला ते घर आज त्याला सोडावं लागणार होते, त्याला खूप वाईट वाटत होते.ज्या वडीलांनी त्याचे लहानपणापासून कोडकौतुक केले, भरपूर लाड पुरवले,त्याला जीवापाड जपले तेच वडील आज त्याला आश्रमात सोडायला घेऊन जाणार होते!

आजपासून या घराची,त्यातल्या माणसांची साथ कायमसाठी सुटणार होती.त्याला हे सुध्दा समजत होते की, आपल्या बाबांचीही आता नाईलाज झालाय, त्यामुळेच त्यांनी हा कठोर निर्णय घेतला आहे.

घरातल्या सर्वांच्या सुखासाठी त्याला हा त्याग करावाच लागणार आहे..

आपल्या वडीलांची हतबलता त्याला डोळे नसूनही जाणवत होती.वरवर अरविंदा कितीही कोरडेपणाने वागत असला तरी आत बापाचं हृदय हळहळत असणारच; पण त्याला त्यांचाही नाईलाज झालाय, हे वसंताला समजत होते. त्यामुळेच उठल्यापासून त्याचे वडील सांगतील त्याप्रमाणे तो शांतपणे वागत होता. आपल्या मनातली खळबळ आपल्या वडीलांना समजू नये म्हणून वसंता जरी काळजी घेत होता तरी आपल्या या काळजाच्या तुकड्याच्या मनात काय काय विचार चालले असतील याचा अरविंदाला अंदाज होता.आपण वागतोय ते बरोबर नाही हे अरविंदाला समजत होते.. त्याच्या डोक्यात अनेक विचारांनी थैमान घातले होते....

" आपण स्वार्थात आंधळे झालो आहोत, आपल्या सुखात याची अडचण झाली म्हणून आपल्या एकेकाळी जीव की प्राण असलेल्या या लाडक्या लेकाला स्वत:च्या हाताने घरातून बाहेर सोडायला चाललोय. त्याला अनाथ अंधअपंगाच्या आश्रमात सोडतोय. जे करतोय ते योग्य आहे की अयोग्य मला माहीत नाही;पण एवढ मात्र नक्की आहे की, माझ्यासमोर आजतरी दुसरा पर्याय नाही.याला आश्रमात सोडलं तरच आपलं पुढचं जगणं सुकर होणार आहे! वसंताबद्दल कितीही प्रेम वाटत असले तरी त्याला आपल्यापासून दूर करणे ही आज काळाची गरज आहे, निर्णय तर झालेलाच आहे,आणि तसेही आश्रमाच्या आवटेसाहेबांनी 'त्याला घराची आठवण येणार नाही' अशी वसंताची काळजी घेऊ असा शब्द दिलायच की! अगदीच बेवारस नाही करत आपण त्याला,शिवाय महिन्याच्या महिन्याला आश्रमाला रक्कम देणारच आहोत की! आता याच्या मोहात अडकायला नको नाहीतर पुढे जगायचं अवघड होउन जाईल.छे,आता मुळीच पुन्हा पुन्हा विचार करायला नको."

एका संवेदनशील बापाच्या मनावर त्याच्यातल्या व्यवहारी माणसाने कुरघोडी केली होती!

आणि तसाही त्याच्याकडे दुसरा कोणता पर्यायच नव्हता...

सुनंदाने त्याच्या बायकोने घर सोडताना त्याला दिलेली शेवटची वार्निंग आठवली ....

"आजपासून या आंधळ्याला मी बिलकूल सांभाळणार नाही. सोडून या कुठंही! यापुढे मला याच तोंडही बघायचं नाही! जोपर्यंत हा आंधळा घरात आहे तोपर्यंत मी या घरात पाऊल ठेवणार नाही!"

भरपूर आकांडतांडव करत सुनंदा राहुलला-तिच्या सख्ख्या मुलाला घेवून घर सोडून गेली होती.

त्यावेळी अरविंदा आणि सुनंदा यांच्यात चाललेला वाद बघायला आजूबाजूचे सगळे शेजारी जमले होते;पण एकानेही सुनंदाला समजावून सांगायचा प्रयत्न केला नाही.अरविंदाने तिची खूप मनधरणी करायचा प्रयत्न केला.राहुलची शपथ घातली;पण त्यालाही ती बधली नाही.

तिचा वसंताला घरातून घालवून द्यायचा हट्ट कायमच होता.शेवटी तर अरविंदाने सुनंदाच्या पायावर लोळण घेतले,तिची माफी मागितली.काकुळतीला येवून आपल्या अंध लेकरासाठी दयेची भीक मागितली;पण सुनंदावर काडीचाही फरक झाला नाही.तिच्यातली दुष्ट कैकयी जागी झाली होती आणि ती कुठलाही मागचा पुढचा विचार न करता राहुलला घेवून घराबाहेर पडली होती!.....

"...... काय होतो मी? ....आणि हे मांझ काय होऊन बसलंय....."

हातातलं काम सोडून अरविंदा विचारात हरवून गेला....

नकळत त्याला आपले भूतकाळातले रम्य दिवस आठवायला लागले ......

किती सुखी कुटुंब होत त्याचं!

त्याची प्रेमळ पत्नी सीता,वसंता व गुणवंता अशी दोन आवळी जावळी मुलं!

अगदी सुरेख चौकोनी कुटुंब होत ते!

अरविंदा आरोग्य खात्यात नोकरीला होता.अगदी खूप नाही; पण घरातल्या सर्वांना दोन वेळचं पोटभर खायला मिळेल अशी व्यवस्था करणारी नियमित पगाराची रक्कम घरात दर महिन्याला येत होती. अरविंदावर तशा फार काही जबाबदाऱ्या नव्हत्याच त्यामुळे येणाऱ्या उत्पन्नात त्यांच व्यवस्थित भागायचं.

वर्षातले सगळे सण उत्साह व आनंदात साजरे केले जायचे,मुलांचा एकाच दिवशी येणारा वाढदिवस जोरात साजरा केला जायचा.हौसेने नवे कपडे तसेच मुलांसाठी खेळण्यांची खरेदीही केली जायची.आपल्या या लाडक्या मुलांच्या उज्वल भविष्यासाठी दर महिन्याला काही रक्कम बँकेत जमा व्हायची.

त्याची पत्नी सीता निगुतीने त्यांचा हसता खेळता संसारगाडा आनंदाने चालवत होती. समाजात एक सुखी कुटुंब म्हणून या कुटुंबाची ओळख होती.आपल्या कार्यालयातही अरविंदा एक प्रामाणिक होतकरू कर्मचारी म्हणून ओळखला जात होता.

जुळ्या भावंडात गुणवंता थोडा थोराड होता, तर वसंता तब्बेतीने थोडा नाजूक चणीचा होता.

गुणवंता धसमुसळा होता,तर वसंता शांत व समजदार स्वभावाचा होता.

जसे जसे वय वाढत होते तसा तसा वसंतामध्ये जास्त जास्त समजूतदारपणा वाढत होता याउलट गुणवंतामधला आक्रस्ताळेपणा वाढत होता.

खरं तर, अरविंदा आणि सीता या दोन्ही मुलांचे संगोपन एकाच पध्दतीने करत होते; पण दोन्ही मुलांच्या स्वभावातला फरक दिवसेंदिवस अधोरेखित होत होता.

एरवी अत्यंत आनंदात असलेल्या या कुटुंबामध्ये या दोन भावांमधील किरकोळ;पण वाढत्या कुरबुरी हा चिंतेचा विषय होऊ पहात होता.

गुणवंताच्या आक्रमक स्वभावाला कसे आटोक्यात आणायचे हे अरविंदा व सीता दोघांनाही समजत नव्हते.दोघेही आपापल्यापरीने गुणवंताला समजावत होते त्याच्यावर चांगले संस्कार व्हावेत म्हणून मनापासून प्रयत्न करत होते;प्रसंगी त्याला धाकही दाखवला;पण त्याच्यात काहीच सुधारणा होताना दिसत नव्हती.

या एका विषयाने मात्र हल्ली दोघेही हताश होत होते. दोन्ही मुलांची वये वाढत होती आणि त्याबरोबरच गुणवंताच्या बाबतीतली काळजीही वाढत होती.

एकाच वातावरणात, संस्कारात वाढत असलेल्या दोघा भावंडांच्या स्वभावात असलेल्या या फरकाबद्दल शेजारीपाजारीही खाजगीत चर्चा करायचे!

एकदा काय झाले की,अरविंदा कामावर गेला होता.सीताही काही कामानिमित्ताने बाहेर गेलेली होती. घरात हे दोघेच होते. सुरुवातीला दोघे अगदी शांतपणे खेळत होते. नंतरचा डाव पहिला कुणी खेळायचा,यावर वसंता आणि गुणवंता यांच्यात भांडण सुरू झाले.वसंता शांत होता;पण नेहमीप्रमाणे गुणवंता चिडचीड करत होता.....

"असा नेहमीच तू कां दादागिरी करतोस"

असं म्हणत वसंताने बाजूला ठेवलेल्या ग्लासातले पाणी गुणवंताच्या अंगावर फेकले.त्याचा शर्ट ओला झाला.

आपल्या अंगावर वसंताने पाणी टाकले हे त्याला सहन झाले नाही.आधीच कोपिष्ट असलेल्या गुणवंताचा राग अनावर झाला.हाताला येईल ती वस्तू तो वसंताच्या अंगावर फेकू लागला.

वसंता तसा बेसावध होता.निमूटपणे तो मार खात राहिला.अंग आक्रसून कोपऱ्यात बसून रडत राहिला.

गुणवंताला अजूनच चेव चढला.

कोपऱ्यात काचेची कसली तरी मोठी बाटली ठेवलेली गुणवंतांला दिसली..

रागाच्या भरात गुणवंताने आता ती बाटली हातात घेतली. बाटलीचे झाकण उघडून काही कळायच्या आतच त्यातले द्रावण त्याच्याकडे डोळे फाडून बघत असलेल्या वसंताच्या चेहऱ्यावर फेकले ......

वसंता जीवाच्या आकांताने किंचाळला, डोळे चोळत, भेसूर आवाजात रडत तो सैरावैरा पळायला लागला..

त्याची ती असह्य तडफड आणि किंकाळी ऐकून शेजारीपाजारीही काय झाले म्हणत मदतीला धावले.

लोकांनी वसंताचा चेहरा साफ केला. डोळ्यात काहीतरी रसायन गेले होते.आग आग होत होती, वसंता जिवाच्या आकांताने ओरंडत होता.लोकांनी काही प्रथमोपचार केले आणि घाईने वसंताला जवळच्या दवाखान्यात हलवले.बाटलीतल्या त्या जहरी केमिकलने वसंताच्या

दोन्ही डोळ्यांना गंभीर अपाय केला होता...

डॉक्टरच्या सल्ल्याने शहरातल्या मोठ्या हॉस्पिटलमध्ये त्याला हलवण्यात आले. तेथे पोहोचेपर्यंत व उपचार होईपर्यंत बराच उशीर झाला होता.डॉक्टरांनी उपचारांची शर्थ केली;पण काहीही उपयोग झाला नाही.वसंताचे दोन्ही डोळे निकामी झाले होते!

गुणवंताच्या एका किरकोळ चुकीने होत्याचे नव्हते झाले होते!

वसंता ठार आंधळा झाला.त्याचा चेहराही विद्रूप झाला होता.

अरविंदा आणि सीतेवर आकाश कोसळले होते.त्यांच्या लाडक्या हसत्या खेळत्या लेकाच्या-वसंताच्या डोळ्यापुढे आणि एकूणच भविष्यावर काळाकुट्ट अंधार दाटला होता.......

वसंता आता दोन्ही डोळ्यांनी पूर्ण आंधळा झाला होता.....

एका भावाच्या अविवेकी वागण्यामुळे दुसऱ्या भावाचे जीवन बरबाद होऊ घातले होते!

आपल्यामुळे आपल्या भावाच्या- वसंताच्या डोळ्याची झालेली ती अवस्था बघून आधी बिनधास्त असलेल्या गुणवंताला आता थोडेफार भान आले होते.आपल्या आक्रस्ताळी वागण्याने आपल्या भावाचे डोळे गेले या जाणीवेने त्यालाही खूप वाईट वाटायला लागले होते .लोकांच्या नजरेत आता आपण गुन्हेगार आहोत हा विचार सारखा त्याच्या डोक्यात फिरत होता.त्याला पश्चाताप झाला होता;पण आता वेळ निघून गेली होती.व्हायचं ते नुकसान भरून यायच्या पलीकडचे होते! अरविंदा अक्षरशः हताश झाला होता तर सीता मनाने संपूर्णपणे खचून गेली होती.

दोघानांही वसंताच्या भविष्याची चिंता त्रास देत होती.

शेवटी काळ हेच सर्व घावांवरचे जालीम औषध असते!

दिवस जात होते.अरविंदा आणि सीता आता आपल्या या अंध मुलाचे आधार झाले होते.

वसंता संपूर्णपणे आंधळा झाल्यामुळे दैनंदिन जीवनातल्या प्रत्येक गोष्टीसाठी त्याला दुसऱ्यावर अवलंबून राहावे लागत होते. सकाळी झोपेतून उठला तरी कुणाच्यातरी आधाराशिवाय तो अंथरुणाबाहेर येवू शकत नव्हता. बाथरूममध्ये जाणे,आंघोळ, खाणेपिणे अशा एकूणएक बाबींसाठी तो परावलंबी झाला होता.

अरविंदा जेव्हा जेव्हा घरी असायचा तेव्हा तो वसंताची अगदी मनापासून सेवा करायचा.तो बाहेर गेला की वसंता संपूर्णपणे सीतेवर अवलंबून असायचा.हल्ली हल्ली गुणवंतासुद्धा कधीमधी वसंताला मदत करायचा;पण ते त्याचा मूड कसा आहे त्यावर अवलंबून असायचे.

'आपल्याला आता आयुष्यभर कुणाचातरी आधार घ्यावा लागणार...." या विचाराने वसंताही मनाने पूर्ण खचला होता.

वसंताच्या आजारपणासाठी अरविंदा बरेच दिवस सुट्टीवर होता आता त्याला कामावर हजर होणे क्रमप्राप्त होते.अरविंदा त्याची सुट्टी संपवून कामावर जायला लागल्यावर वसंताच्या सगळ्या कामाचा बोजा त्याच्या आईवर-सीतावर पडू लागला.

आपल्या या दुर्दैवी मुलाचे करता करता बिचारी पार थकून जात होती.

अचानकपणे झालेली ही दुर्घटना व त्यामुळे वसंताची झालेली अवस्था ही केवळ आपल्या हलगर्जीपणामुळेच झाली आहे असे तिच्या मनाने घेतले.

वसंताचे ते चाचपडत चालणे,बऱ्याचदा अडखळून पडणे व एकंदरीत त्याचे होणारे हाल पाहून सीता दिवसेंदिवस मानसिक आघाडीवर खचायला लागली.वसंताच्या या परिस्थितीसाठी तीच जबाबदार असल्याची ...अपराधीपणाची बोच तिचे आतल्या आत काळीज कुरतडू लागली,त्यातच तिच्या पूर्वी कधीतरी असलेल्या आजाराने..दम्याने उचल खाल्ली. डॉक्टरी उपचार चालू केले;पण उपचारांचा काहीच उपयोग होत नव्हता.

अति काळजीमुळे तिचे खाण्यापिण्यावरचे लक्ष उडाले होते. स्वत:च्या शरीराची ती आबाळ करू लागली.

स्वत:च्या आरोग्याकडे सीतेचे अक्षम्य असे दुर्लक्ष झाले. याचा व्हायचा तोच परिणाम झाला. अखेर प्रचंड अशक्तपणा येवून एक दिवस तिने अंथरूण धरले.

सीतेची ती अवस्थ्या पाहून अरविंदा घाबरला.डॉक्टर घरी येत होते.काही दिवस कामाला जायचे सोडून तो घरी बसला. आता केवळ वसंताचीच नाही तर अंथरुणावर खिळलेल्या सीतेचीही काळजी त्याला

ध्यावी लागत होती.

अरविंदा जरी मन लावून दोघांचही करत होता तरी एक पुरूष म्हणून अरविंदाच्या काही मर्यादा होत्या.

गुणवंताला चुचकारत तर कधी रागाऊन तो मदतीला घेत होता, कसेतरी दिवस रेटत होता;पण नोकरी आणि घराच्या जबाबदाऱ्या घेता घेता तो मेटाकुटीला यायला लागला होता.

'त्या' घटनेनंतर गुणवंता काही दिवस अगदी शहाण्यासारखा वागत होता;पण त्याचा मूळ स्वभाव काही बदलला नव्हता. वाढत्या वयाबरोबर तो शरीरानेही आता आडदांड झाला होता.अंगात भरपूर ताकत आली होती.

शाळेत त्याचे अभ्यासाकडे बिलकूल लक्ष नव्हते आणि त्याच्याकडे लक्ष द्यायला अरविंदाला मुळीच वेळ नव्हता.शाळेतल्या त्याच्या कुरापती वाढत गेल्या. अरविंदाने वेळ नसल्याने शाळेने त्याच्यासाठी दिलेल्या पत्रांकडे गांभीर्याने पाहिले नाही. गुणवंता शाळेत करत असलेल्या अतिरेकी खोड्याना वैतागून शाळा प्रशासनाने एक दिवस त्याला शाळेतूनच काढून टाकले. अरविंदाला तोपर्यंत यातले काहीच माहित नव्हते.

दररोज शाळेत जातो म्हणून गुणवंता बाहेर पडायचा आणि दिवसभर इथे तिथे भटकत रहायचा! हळूहळू त्याला वाईट मुलांची संगतही लागत गेली व तो अजूनच बिघडला.आता तो शिगारेट बिड्या प्यायला लागला.खोटे बोलून घरातून पैरोही तो गायब करायला लागला.घरात व बाहेर त्याची गुंडगिरी दिवसेंदिवस वाढायला लागली.आईवडिलांना तो दुरुत्तरे करू लागला.असहाय्य वसंतालाही तो त्रास देवू लागला.दिवस दिवस तो घराबाहेर असायचा.

अरविंदा आपली नोकरी,आजारी असलेल्या बायकोची व वसंताची शुश्रुषा यातच इतका गुरफटून गेला होता की गुणवंता बाहेर काय करतोय हे बघायला,त्यावर विचार करायलाही त्याला वेळ नव्हता..

दिवसेंदिवस सीताची तब्बेत बिघडत गेली. डॉक्टरी उपचराना तिची प्रकृती प्रतिसाद देइनाशी झाली, आणि ....

आणि एक दिवस अंथरूणावर खिळून पडलेली अरविंदाची प्रिय पत्नी सीता हे जग सोडून गेली.....

अरविंदावर हा अजून एक फार मोठा आघात होता.!

कुठल्याही वाईट परिस्थितीत तनामनापासून साथ देणारी त्याची अर्धांगिनी-सीताही आता त्याच्यासोबत राहिली नाही.

एव्हाना वयाची विशी गाठलेल्या वसंताचे आता काय होणार?

वाईट संगतीला लागलेल्या गुणवंताचे काय करायचे?

घरगृहस्थी कशी चालवायची ??

असे असंख्य प्रश्न अरविंदाभोवती घोंगावत होते!

त्याचे नोकरीतही लक्ष लागेना....

प्रिय पत्नी सीता हे जग सोडून गेल्यानंतर अरविंदावरची जबाबदारी अजुनच वाढली.

आपल्या आईच्या अकाली मृत्यूनंतर वांड असलेला गुणवंताही थोडाफार सुधारल्यासारखा वागत होता.आजकाल स्वत:हून तो घरातली जमतील ती कामे करायला तो लागला होता.

एकामागोमाग एक संकटे येत होती अशा परिस्थितीतही गुणवंतामधे झालेला हा सकारात्मक बदल ही अरविंदासाठी त्यातल्या त्यात समाधानाची बाजू होती.

गुणवंता आता शहाण्यासारखा वागायला लागलाय या विचाराने सीतेच्या जाण्याचं दु:ख नाही म्हटलं तरी थोडंस बोथट झालं होत.

हल्ली दोघे मिळून सकाळी लवकर उठून घरातली कामे भराभर उरकत होते. वसंताचं सगळ उरकेपर्यंत कामावर जायची वेळ व्हायची.अरविंदा एकदा कामावर गेला की दिवसभर वसंताबरोबर गुणवंता थांबायचा.त्याला हवं नको ते बघायची सगळी जबाबदारी गुणवंताकडे यायची.जमेल तेव्हा वसंताचा हात धरून त्याला बाहेर फिरायला घेवून जायचा.गुणवंताच्या स्वभावात झालेल्या या आमुलाग्र बदलाचे शेजारीपाजारी व अरविंदाच्या ऑफिसच्या लोकानाही नवल वाटायचे ..

असं म्हणतात की, 'मुळात माणूस चांगला किंवा वाईट असा नसतोच..जीवनात सामोरी आलेली परिस्थितीच माणसाला घडवत वा

बिघडवत असते. बरवाईट काही शिकवत असते! काळाबरोबर माणूस बदलतो हेच खरे आहे!

दिवस पुढे पुढे जात होते. घरातली कर्ती बाई सोडून गेलेल्या या दुर्दैवी कुटूंबाचे त्यातल्या त्यात बरे म्हणता येतील असे दिवस आता सुरू झाले होते.

अरविंदा आणि गुणवंताच्या एकमेका साहृय करू ....'' उक्तीप्रमाणे वागण्याने घरातलं दैनंदिन जीवन रूळावर येवू पहात होते ....

गुणवंता आता घरातल्या जबाबदाऱ्या व्यवस्थितपणे निभावत होता. मधल्या काळात त्याला 'आपणही काहीतरी काम करून घरखर्चाला हातभार लावावा' असे अचानक वाटायला लागले. तो त्या दृष्टीने कुठे काम मिळते का याची चाचपणी करू लागला आणि विशेष म्हणजे लवकरच त्याला काम मिळालेही... एका किराणा मालाच्या दुकानात तो हरकाम्या म्हणून कामाला जायला लागला..

अरविंदा कामावर गेल्यावर तासाभरात वसंताची सगळी कामे उरकून तो त्या दुकानात कामाला जायला लागला.आपल्या कामातल्या अगदी थोड्या कालावधीतच गुणवंता आपल्या शेठचा विश्वास संपादन करण्यात यशस्वी झाला होता.दुकानात तो भरपूर मेहनत करायचा. त्याची शरीरयष्टी उत्तम होती.बोलण्यात तो पुरेसा चाकबगार होता त्यामुळे शेठ सांगेल ती कामे गुणवंताकडून चुटकीसरशी व्हायची.

एकंदरीत गुणवंता एक जबाबदार व्यक्ती म्हणून नाव कमवायला लागला होता याचा अरविंदाला आनंदच झाला होता..

गुणवंता जिथे काम करायचा त्या दुकानाची थोड्या काळातच प्रचंड भरभराट होत गेली. आर्थिक उलाढाल कित्येक पटीने वाढली. गुणवंताचे कामही वाढत गेले.गुणवंताची कामावरची निष्ठा पाहून शेठ त्याच्यावर प्रचंड खूष होते. शेठ दुकानाची सर्व सूत्रे बिनधास्तपणे गुणवंताकडे सोपवू लागले. दुकानाच्या कामाचा व्याप व जबाबदारी वाढल्याने आता त्याला वसंताकडे पुर्वीसारखे लक्ष देणे जिकिरीचे होवू लागले होते;पण याला आता इलाज नव्हता..

दोघे कामाला गेल्यावर वसंता घरी पुन्हा एकटा पडू लागला.सर्वस्वी परावलंबी असलेल्या वसंताची एकूणच सर्व बाबतीत पुन्हा आबाळ

व्हायला लागली.

त्याचे होणारे हाल पाहून अरविंदा पुन्हा एकदा वसंताच्या काळजीने चिंताग्रस्त राहू लागला.

वसंताची काळजी कशी घ्यायची हे त्याला समजत नव्हते.

रात्रंदिवस तो वसंताची चिंता करत बसायचा.त्यांने अनेक मित्रांनाही याबाबतीत सल्ला विचारला;पण योग्य मार्ग सापडत नव्हता.

आणि एक दिवस विचार करताना अचानक त्याला एक मार्ग सुचला....

एक आशेचा किरण दिसला.....

एक दिवस गुणवंता घरात निवांत बसलेला असताना अरविंदा त्याच्या बाजूला बसला.थोडी इकडची तिकडची चौकशी केल्यावर अरविंदाने मुख्य विषयाला हात घातला...

"गुणवंता पोरा,तू बघतोच आहेस,की आपले दोघांचे काय हाल चालू आहेत.घरातली व बाहेरची कामे करून मी तर पूर्ण थकून जातो.वसंता घरी एकटा असतो..."

थोडा थांबून गुणवंताकडे बघत अरविंदा पुन्हा बोलू लागला...

"तू आता एकवीस वर्षाचा झाला आहेस.सीता होती तोपर्यंत मला कसलीच काळजी नव्हती,घरात एखाद बाईमाणूस असलं ना, की घराचं घरपण अबाधित रहात असते! मला असं वाटतंय की यावर काही तरी मार्ग काढायला हवा..."

"मी यावर बरेच दिवस विचार करत होतो. खूप विचारांती मी काहीतरी ठरवलंय...."

"या बाबतीत तुझे सहकार्य मिळाले ना तर आपले घर पुन्हा सुरळीत होईल,.."

अरविंदा आशेने गुणवंताच्या तोंडाकडे बघत,त्याचा अंदाज घेत त्याच्याशी बोलत होता.

"तर, मला असं वाटतंय की, आता तुझे लग्न उरकावे! घरात माझी सुनबाई- तुझी बायको आली की आपल्या घरातल्या समस्या एकदम कमी होतील, आपली वसंताच्या बाबतीतली चिंताही कमी होईल.....घरात बाईमाणूस असलं ना की घराचे खऱ्या अर्थाने घरटे होते

बघ,,.... एकदा तुझ लग्न jझाले ना,की हे घर पुन्हा हसाखेळायला लागेल! आपण तुझ्यासाठी अशीच मुलगी बघू की ती आपल्या सर्वांची काळजी घेईल.वसंताचा आईच्या मायेने सांभाळ करेल."

आपल्या पित्याने मांडलेल्या लग्न करायच्या या प्रस्तावाने तरुण गुणवंताला अंगावर मोरपीस फिरल्याचा भास झाला.'आपल्याला हे आधीच कसे काय सुचले नाही?' असे त्याला वाटायला लागले!

क्षणभरासाठी लग्नानंतरच्या आपल्या जीवनात तो हरवून गेला...

"आपले आता लग्न होणार,एक हवी हवीशी वाटणारी आपली हक्काची बायको आपल्या घरी येईल.संध्याकाळी दमूनभागून आपण जेव्हा घरी जाऊ तेव्हां ती आपली वाट पहात दरवाजात उभी असेल. घरी पोहोचल्याबरोबर ती आपल्या हातात गरम गरम चहाचा कप देईल. दररोज चांगलाचुंगला स्वयंपाक करून ती आपल्याला आग्रहाने खायला घालेल. आपली काळजी घेईलच शिवाय रात्री......"

गुणवंता चक्क लाजला!

लगेच त्याने अरविंदाला शब्द दिला....

"मी विचार करून सांगतो..."

आपल्या लग्नानंतरच्या रम्य जीवनाची स्वप्ने गुणवंता आता दिवसाउजेडीही बघायला लागला..

आतापर्यंत आजूबाजूला दिसणाऱ्या मुलींच्याकडे तो सहसा पहात नसायचा;पण आता समोर येणारी प्रत्येक मुलगी वा तरुण स्त्री दिसली की,

"आपली होणारी बायको अशी असली तर....?"

नकळत त्याच्या कल्पनेतल्या बायकोच्या प्रतिमेशी तो समोरच्या मुलीची तुलना करू लागला,रात्रंदिवस आपल्या वैवाहिक जीवनाबद्दलची दिवास्वप्ने त्याला पडायला लागली. झोपेत त्याला बायकोबरोबरच्या शृंगाराची चावट स्वप्नेही पडायला लागली!

दुसऱ्या दिवशी सकाळी गुणवंताचा उजळलेला चेहरा पाहून अरविंदाला बरे वाटले.

त्याने खात्रीदाखल त्याला विचारले...

" काय मग गुणवंता, करायची का पोरी बघायला सुरुवात?"

त्याने हळूच होकारार्थी मान हलवली.

गुणवंताच्या लग्नासाठीच्या होकाराने अरविंदामध्ये एक वेगळाच उत्साह संचारला. आता तो आपल्या घरासाठी योग्य अशी सून शोधण्यासाठी अधीर झाला होता.

आपल्या मित्रमंडळीत आणि नातेवाईकात त्याने आपल्या मुलाचे लग्न करायचे असल्याचे जाहीर करून टाकले. स्वत:ही तो जिथे जमेल तिथे गुणवंतासाठी योग्य अशी मुलगी शोधू लागला..

गुणवंताच्या लग्नाने घरातल्या बऱ्याच समस्या सहजासहजी सुटणार होत्या. दोन वेळच्या स्वयंपाकाचा प्रश्न सुटणार होता. वसंताची काळजी घ्यायला त्याची हक्काची वहिनी घरी येणार होती. तिच्यावर वसंताची जबाबदारी सोपवून हे पितापुत्र बिनधास्तपणे आपआपल्या कामावर लक्ष केंद्रित करू शकणार होते.घरातल्या भांड्याकुंड्यावर बऱ्याच दिवसांनी घरच्या बाईचा मायेचा हात फिरणार होता.

गुणवंतासाठी वधूसंशोधन जोरात सुरू झाले होते....

सुरुवातीला अरविंदाला सून शोधणे सोपे काम वाटत होते ;पण गुणवंतासाठी वधू संशोधन हे किती अवघड काम आहे याची लवकरच अरविंदाला प्रचीती यायला लागली.

त्याचे जवळचे नातेवाईक गुणवंताच्या आत्तापर्यंतच्या उडानटप्पू आयुष्याबद्दल चांगलेच परिचित होते, त्यामुळे अशा उनाड मुलाला आपली मुलगी द्यायला सहजासहजी कुणी तयार होत नव्हते.

अरविंदा एक सज्जन माणूस असला तरी त्याच्या मुलाबद्दलच्या एकूणएक गोष्टी सर्वांना माहीत होत्या.

'आता तो सुधारलाय,दुकानात काम करून चार पैसे तो कमावतो' हे जरी दिसत असले तरी त्याच्या घरी त्याचा एक ठार अंध असलेला तरुण भाऊ आहे, त्या भावाची ती अवस्थ्या गुणवंताने केली आहे, त्या अंध वसंताचे सगळे आपल्या मुलीला करावे लागणार आहे... हे कुठल्याही मुलीच्या बापाला आवडणे शक्य नव्हते!

एरवी अरविंदाशी आत्यंतिक सहानभूतीने वागणारे नातेवाईक या बाबतीत मात्र त्याला टाळत होते.

अरविंदाच्या एका चुलत मेहुण्याची- सीतेच्या चुलत भावाची एक मुलगी अविवाहित होती. दोन वर्षापूर्वी या मुलीचे वडील वारले होते. त्याने विचार केला... बापाविना असलेल्या या मुलीला आपण सून करून आपल्या घरी आणली तर तिच्या आयुष्याचे कल्याण होईल,शिवाय ती नात्यातलीच असल्याने सर्वांची छान काळजीही घेईल.

आपल्या मनात आलेल्या या विचारांवर अरविंदा खुश होऊन हसला. हा विचार मनात आल्यावर खूप दिवसानी त्याला प्रसन्न वाटत होते!

' आधीच कसं बर सुचल नाही आपल्याला? तसंही सीताच्या त्या भावाच्या निधनानंतर त्याच्या पत्नीसाठी आपल्या मुलीचं लग्न ठरवण हे आव्हानच आहे, अगदी सहज होकार येईल तिच्याकडून!'

तो लगेचच त्या मुलीच्या आईकडे गुणवंताच्या लग्नाचा प्रस्ताव घेवून गेला. त्याला वाटत होत की आर्थिकदृष्ट्या अत्यंत वाईट परिस्थिती असलेल्या या मुलीचा या लग्नासाठी पटकन होकार येईल; पण सीताची ती भावजय गरीब असली तरी अरविंदा समजत होता तेव्हढी भोळी नक्कीच नव्हती!

मुलीच्या आईने गुणवंताचे सगळे बोलणे ऐकून घेतले आणि त्याला एकदम फटकारले ....

"माझी पोरगी काय रस्त्यावर पडलीय असं वाटलं काय तुम्हाला? वेळ आली तर बिनलग्नाची राहील ती;पण तुमच्या त्या उडानटप्पू पोराला आणि त्या दुसऱ्या आंधळ्याच्या सेवेला माझी पोरगी नाही देणार मी!"

असे लागट आणि अपमानास्पद बोलणे ऐकण्याची अरविंदाला मुळीच सवय नव्हती.आपण समजतो तेव्हढी दुनिया सरळ नाही, वाईट वेळ आली की,अगदी जवळचे म्हणणारे लोकही टोचून टोचून मारायला मागेपुढे पहात नाहीत, याचा अगदी जवळून अनुभव त्याने घेतला.

अरविंदा पुन्हा विचारात पडला. कसंही करून गुणवंताच लग्न जुळवायलाच हवं.

त्याने त्याच्या एका मित्राचा सल्ला घेतला आणि तालुक्याच्या गावी जाऊन एका वधूवर संस्थेत गुणवंताच नाव नोंदवून टाकल....

वधूवर संस्थेतून गुणवंतासाठी स्थळे सुचवली जावू लागली..

अरविंदा गुणवंताला घेऊन एका एका मुलीला जाऊन भेटू लागले. बऱ्याच मुली पसंत पडत होत्या;पण वसंताबद्दल ऐकले की सरळ सरळ मुलींचा नकार यायचा.

एकंदरीत या संस्थेतही आधीसारखेच अनुभव येत होते.

अरविंदाची सरकारी नोकरी, गुणवंताची कमाई, या जमेच्या बाजू असल्या तरी त्याबरोबर येणारी आंधळ्या वसंताची जबाबदारी कुणालाही नको होती.

मुलींच्याकडून येणारे नकार पचवणे आता गुणवंताला अपमानास्पद वाटायला लागले होते!

वसंताचे आंधळेपण आपल्या लग्नाच्या बोलण्यातली मुख्य अडचण आहे असे त्याला वाटायला लागले!

"या वसंतामुळे मला लग्नच करता येणार नाही की काय?"

'नाही.....,नाही, असं होता कामा नये!'

'मागच्या आठवड्यात पाहिलेली शालू त्याला खूपच आवडली होती, बायको असावी तर या शालूसारखीच!'

असे त्याच्या मनाने घेतले होते; पण इथेही वसंतामुळे तिचा नकार आला होता. कसंही करून या शालूबरोबर आपलं जुळायला पाहिजे.

"दिसायला काय सुंदर होती ना ती!"

गुणवंतावर त्या शालूने अक्षरशः जादू केली होती......

वधूवर मंडळाकडून गुणवंताची माहिती व फोटो मिळाल्यावर शालूचे बाबा-संपतराव चांगलेच खूश झाले होते..

अगदी त्यांच्या मनासारख हे स्थळ चालून आले होते. महत्वाचे म्हणजे हे स्थळ बऱ्यापैकी लांबच्या गावातले होते, त्यामुळे शालूच्या पूर्वायुष्याबद्दल तिकडे कुणाला काही माहिती असायची मुळीच शक्यता नव्हती.

आधी लोकनाट्य-तमाशात काम करत असलेल्या आईचे-संपतरावांच्या बायकोचे सगळे गुण दुर्गुण हिच्यात पुरेपूर उतरले होते .

'आपण हिच्या आईवर भाळून तिच्याशी लग्न केलं, कसाबसा सहासात वर्षाचा संसार झाला आणि आपल्या पदरात ही सहा वर्षाची पोरगी टाकून आजारी पडून तिने हे जग सोडले.... हा फास कायमचा

आपल्या गळ्यात अडकला...ही कारटी वयात आली आणि आपल्या बापाला लक्ष द्यायला वेळ नाही याचा तिने चांगलाच फायदा घेतला. तारुण्याचा कैफात तिने काय काय उद्योग केले ते सगळे आठवले की संपतरावाच्या अंगाचा अगदी तिळपापड व्हायचा; पण काय करणार?'

" गरीबाला का कुठे इज्जत असते?"

असा तो विचार करत जगायचा.आपली ही पोरगी काय लायकीची आहे ते त्यांना चांगलेच माहीत होते.शालूने त्या उनाड देवानंदबरोबर जमवल्याचे संपतरावला लगेच माहीत झाले होते; पण त्याने मुद्दामच दुर्लक्ष केले होते..तो विचार करत होता -

'परस्पर त्यांनी लग्न केले तर चांगलेच की, असा विचार करून संपतरावाने तिकडे कानाडोळा केला होता; पण त्या दोघांनी उधळलेल्या गुणांमुळे ते प्रकरण चांगले अंगलट आले होते.आधीच लफडेबाज म्हणून ख्याती असलेल्या संपतरावाची गावात अजूनच बदनामी झाली होती.शालूकडे बघून लोक कुजबुज करायचे ....

"बदफैली बापाची बदफैली औलाद!'

त्याचे कारणही तसेच होते ..

सगळे करून सवरून वेळ आल्यावर शालूच्या त्या हिरोने - देवानंदने हात वर केले होते..

"शालूची माझ्यासारख्या कितीतरी पोरांबरोबर लफडी होती; त्यामुळे शालूला माझ्याकडूनच दिवस राहिले कशावरून?" निर्लज्जपणाचा सवाल करून त्याने शालूबरोबर लग्नाला साफ नकार दिला होता.

आईविना असलेल्या कारटीने संपतरावाचे तोंड चांगलेच काळे केले होते..

एका डॉक्टरच्या हातापाया पडून संपतरावनी गुपचूप शालूचा गर्भपात करून घेतला आणि सध्या संपतराव तिथून थोड्या लांब अंतरावर खोली घेऊन शालूबरोबर रहात होता.

"कसंही करून आता हिला उजवायलाच पाहिजे,नाही तर ही पोरगी काय आपल्याला नीट जगू देणार नाही!"

असा विचार करून शालूचे नाव त्यांनी तालुक्याच्या गावी नव्यानेच सुरू झालेल्या वधूवरसूचक मंडळात नोंदवले.

दोन तीन पोरांची स्थळे लगेच आली;पण शालूने त्यांचे फोटो बघूनच ती नाकारली होती.

मंडळातला गुणवंताचा फोटो आणि माहिती बघितल्यावर मात्र वसंतराव खुश झाला होता,कारण दिसायला तर तो देखणा होताच,शिवाय त्याचा बाप सरकारी नोकरीत होता.गुणवंताही नावाजलेल्या पेढीवर काम करत होता.अडचण फक्त त्याच्या आंधळ्या भावाच्या जबाबदारीचीच होती. त्याने मंडळाला गुणवंताच्या वडीलांना भेटायचे असल्याचे कळवले. दोन्हीकडील लोकांच्या सहमतीने मंडळानेच बघायचा कार्यक्रम आयोजित केला.गुणवंताने शालूला बघताक्षणीच पसंत केली, तिलाही गुणवंता आवडला पण; वसंताच्या जबाबदारीचा विषय निघाला की तिने नकार दिला.

"विचार करून सांगतो"

म्हणून संपतरावाने निर्णयासाठी दोन दिवसाची मुदत मागून घेतली.

गुणवंताचे स्थळ त्याला शालूसाठी अगदी योग्य वाटत होते.

घरी आल्यावर त्याने शालूला 'तडजोड करणे किती आणि कसं आवश्यक आहे' हे व्यवस्थित समजावून सांगितले.तिच्या चारित्र्यावर असलेल्या धब्ब्याची परत परत तिला आठवण करून दिली.

"ही संधी सोडलीस तर कायमची पस्तावशील!" शेवटी शालूला त्याने चांगलेच खडसावले!

शालूने शेवटी गुणवंताला होकार कळवायची तयारी दाखवली.

मुळचा बेरकी असलेला संपतराव आता हळूच आपल्या लेकीला म्हणाला...

"अग, त्या वसंताला मी सांभाळेल, त्याची काळजी घेईल असं लग्न होईपर्यंत म्हणायला तुला काय हरकत आहे?"

"काय करायचं आणि काय नाही ते पुढंच पुढे !"

एकमेकांना सगळ व्यवस्थित समजल्यासारखे बाप आणि लेक दोघेही मनापासून हसले!

वधूवर मंडळातर्फे पुन्हा मिटिंग झाली आणि शालू आणि गुणवंताचे लग्न ठरलं.

'आता वसंताची जबाबदारी घ्यायला त्याची वहिनी येणार आणि आपल्यावरचे त्याचे ओझे कमी होणार..' म्हणून अरविंदा खूपच खुश होता...

'आपल्याला आवडलेल्या सुंदर मुलीशी-शालूशी आता आपलं लग्न होणार आणि आपण बायकोसाठी बघितलेली सगळी सुंदर स्वप्ने खरी होणार..' म्हणून गुणवंता खुश होता,.

तर,

'आपल्या जीवाला घोर असलेल्या आपल्या या लफडेबाज लेकीची ब्याद एकदाची खपणार..' म्हणून संपतराव खुश होता.

वसंता मात्र आपल्या डोळ्यासमोर असलेल्या अंधारात चाचपडत होता!

दोन्ही पालकांनी ते दोघांनाही सोयीचं असल्याने जास्त गाजावाजा न करता हे लग्न उरकायचे ठरवले.

तेथून जवळच्या दत्त मंदिरात देवाच्या आणि वडीलधाऱ्यांच्या साक्षीने एकदाचे शालू आणि गुणवंताचं लग्न लागले ...

शालू आता आपला सगळा पूर्वेतिहास विसरून 'सौभाग्यवती गुणवंता' म्हणून आपल्या सासरी आली....

अरविंदाने आपल्या दोन्ही मुलांच्या कल्याणाचे एक स्वप्न पाहिले होते आणि ते स्वप्न आता साकार झालं होते.

सीतेच्या घरातल्या फोटोसमोर नवविवाहित जोडी उभी राहिली नमस्कार करून तिचा आशीर्वाद दोघांनी घेतला..

अरविंदा सीतेच्या फोटोकडे बघून तिला ही आनंदी घटना सांगत होता ..

" सीते बघ ग,ही तुझी सून-शालू! लक्ष्मीच्या पावलाने आता ती आपल्या घरात आली आहे.आता ती या घराला घरपण देईल.वसंताला वहिनीची माया मिळेल आणि या घराचा आता स्वर्ग होईल बघ!"

गुणवंताकडे पाहून तो म्हणाला...

"बाळा आता या घराची जबाबदारी तुम्हा दोघांवर आहे.आनंदाने संसार करा.काय अडचण आली तर मी तुमच्या पाठीशी आहेच."

गुणवंता आणि शालू अरविंदाच्या पायाशी वाकले.

त्याने दोघांच्या डोक्याला स्पर्श करून भरभरून आशीर्वाद दिला...

" पांडुरंगा ...माझ्या या लेकरांचा संसार सुखाचा कर ..."

नवविवाहित गुणवंता आणि शालूची जोडी छानच दिसत होती.अगदी एकमेकांसाठीच ते दोघे बनले आहेत असचं सगळे शेजारी पाजारी बोलत होते.या दोघांचा नवा संसार आता सुरू झाला होता.

आपल्या प्रिय बायकोसाठी काय करू आणि काय नको असे गुणवंताला झालं होते .त्यांनी एकमेकांशी छान जुळवून घेतल्याचे बघून अरविंदालाही खूप समाधान वाटत होते ..

सीतेच्या जाण्यानंतर या घरात कोणा बाईमाणसाचा वावर नव्हता.

शालूच्या रूपाने या घराला खूप दिवसांनी हक्काची गृहिणी लाभली होती.

लग्न पार पडल्यानंतर गुणवंताच्या शेठने या दोघांच्या हातावर महाबळेश्वरची तिकिटे ठेवली आणि शालू आणि गुणवंता महाबळेश्वरला हनिमूनला गेले.

त्याच्या शेठच्या कृपेने चांगले चार दिवस गुणवंता शालूला घेवून महाबळेश्वरात उत्तम हॉटेलात राहिला. दोघांनी मस्त एन्जॉय केलं. ते आता परत घरी आले आणि आपल्या नव्या नव्या संसाराची धुरा त्यांनी स्वत:कडे घेतली.

नव्या नवलाईचे दिवस संपले आणि घरातले दैनंदिन व्यवहार सुरू झाले. घराची सगळी जबाबदारी आता नव्या सुनेवर आलेली होती.

अरविंदा आजकाल खूप आनंदात होता..

आता घरात दोन्ही वेळा व्यवस्थितपणे स्वयंपाक शिजणार होता. खाण्यापिण्याचे हाल संपणार होते.घरातल्या प्रत्येक वस्तूवर घरच्या बाईमाणसाचा मायेचा हात फिरणार होता.आता त्याला वसंताची तर मुळीच काळजी नव्हती.

"आपल्या आंधळ्या दिराचे सगळे नीट करेन, त्याची काळजी घेईन ."

असा शब्द शालूने अरविंदाला लग्नाआधीच दिलेला होता!

त्या शब्दाला जागून वसंताची वहिनी आता त्याची काळजी घेणार होती..

खूप दिवसांनी अरविंदाला मोकळे मोकळे वाटत होते !

काही दिवसातच शालूने घरातलं दैनंदिन काम समजून घेतले .घरातल्या आवश्यक त्या नव्या वस्तूंची खरेदी झाली.घरात आता वेळच्या वेळी भाजीभाकरी शिजू लागली.पूर्वी गुणवंता लवकर घरी यायचा नाही;पण आता मात्र नवविवाहित गुणवंता आपल्या बायकोच्या ओढीने दुकानातून तडक घरी यायला लागला होता.

घरी आला की तो सतत आपल्या बायकोच्या आजूबाजूला रूंजी घालत असायचा.. तिला तो घरकामातही मदत करू लागला होता. अरविंदाच्या घरी परत ते सुवर्णसुखाचे दिवस आले होते.

अंध वसंता घरात असून नसल्यासारखाच होता.त्याला काहीच दिसत नसल्यामुळे गुणवंता व् शालूच्या शृंगाराला दिवसा उजेडीही चांगलाच बहर येत होता.

आता तर गुणवंता दुकान सोडून वारंवार दुपारीही घरी यायचा. शालूच्या मुसमुसत्या तारुण्याने त्याला चांगलीच भुरळ घातली होती.शालूने आपल्या जवानीच्या जोरावर गुणवंताला चांगलाच आपल्या कह्यात घेतला होता.

ती सांगेल तसा तो वागायचा.तिचा एकही शब्द तो खाली पडू देत नव्हता!

अर्थात अरविंदाला याचं काही विशेष वाटायचा प्रश्नच नव्हता.त्याला फक्त आपल्या वसंताची काळजी व्यवस्थित घेतली जातेय ना, यातच खूप मोठे समाधान होते.

या दोघांचा संसार मार्गी लागलाय,घर रूळावर येतंय यातच त्याला आनंद होता!

आपल्या घरातल्या उपस्थितीमुळे या दोघांच्या संसारात अडचण निर्माण व्हायला नको,त्यांना पुरेसा अवकाश मिळावा म्हणून आजकाल अरविंदा ऑफिसातून सुटल्यावर मित्रांमध्ये जास्तच रेंगाळत होता.जेवढ उशीरा घरी जाऊ तेव्हढी या दोघांची मन जुळायला मदत होईल असा अगदी सरळ साधा विचार त्यामागे होता.

सातठ महीने असेच सुरेख सुखात गेले....

निदान अरविंदाच्या दृष्टीत तरी सर्व सुरळीत चालू होते .

तो सतत बाहेर असल्याने आपल्या घरात काही वेगळे घडत असल्याचा त्याला अंदाज आलाच नाही!

एक दिवस संध्याकाळी अरविंदा घरी आला तर शालू हॉलमध्ये बसून ढसाढसा रडत असलेली पाहून त्याला चांगलाच धक्का बसला....

."नक्की हिला झालं तरी काय...?"

"गुणवंताच आणि हीचे भांडण तर झाले नाही ना?"

असंख्य विचार अरविंदाच्या डोक्यात पिंगा घालत होते.

शालू रडत होती आणि गुणवंता हळू आवाजात तिची काहीतरी समजूत घालत होता.

अरविंदा आल्याचे पाहून तिने रडणे आटोपते घेतले आणि ती आत गेली, मागोमाग गुणवंताही अरविंदाची दखल न घेताच आत गेला.

घरात आज नक्की काय झालंय ते त्याला समजायला हवं होत;पण त्याने शांत बसणे पसंत केले.

"झाली असेल काहीतरी दोघांत कुरबूर, नवरा बायकोत थोडंफार असं व्हायचंच!"

मनाशी असा विचार करून अरविंदाने स्वत:ची समजूत काढली..

अर्ध्या तासात सर्व सुरळीत झाले .जेवण करून सगळेजण झोपायला गेले.

दुसऱ्या दिवशी सकाळी कालच्या गोष्टीचा मागमूसही नव्हता!

दररोजच्या रुटीनप्रमाणेच सकाळी सगळेजण आपापल्या कामाला गेले.

शालू जरी वरून शांत दिसत होती तरी नेहमीसारखा मोकळेपणा तिच्या वागण्यात नाहीये,तिचे काहीतरी नक्कीचं बिनसलेलं आहे हे मात्र अरविंदाच्या नजरेतून सुटलेले नव्हते.

विचारांच्या तंद्रीतच तो ऑफिसला निघाला होता....

त्या दिवशीही तो ऑफिसातून आला तर समोर कालच्यासारखेच दृश्य!

सुनबाई मुसमुसते आहे आणि गुणवंता तिला हळूहळू समजावतो आहे...

नक्कीच काहीतरी घडले असणार; पण याने काही विचारण्यापूर्वीच ते दोघे कालच्यासारखेच पुन्हा आत गेले...

आजही अरविंदा गप्पच राहिला...

त्या दिवशी रात्रभर अरविंदा जागाच होता.

त्याच्या मनात राहून राहून अनेक प्रश्न येत होते...

नक्की काय चाललय घरात?

सगळ अगदी सुरळीत असताना अचानक सुनबाईला काय झालंय?

तिला नक्की कसला त्रास आहे?

परवा पर्यंत उत्साहाचा झरा असलेला गुणवंताही आता गप्प गप्प का आहे ?

विचार करून करून त्याच्या डोक्याला मुंग्या आल्या.

रात्रभर जागरण झाल्यामुळे त्याचं डोकं चांगलंच ठणकायला लागलं होत!

"आज या दोघांना सकाळी सकाळीच नक्की काय झालय ते विचारायचं! "

अरविंदाने निश्चय केला आणि सकाळी आन्हिके उरकून तो त्या दोघांची वाट पहात बसला.

प्रथम सुनबाई आली आणि अरविंदाला चहा करून दिला.कालच्या वागण्याचा लवलेशही तिच्या चेहऱ्यावर दिसत नव्हता .

अरविंदाने सुनबाईला हाक मारून समोर बसवलं. गुणवंतालाही बोलावून घेतले आणि बाजूला बसायला सांगितले.दोघेही मान खाली घालून त्याच्या समोर बसले.

अत्यंत संयमित हळू शांत आवाजात तो बोलायला लागला.....

"गुणवंता व सुनबाई, मी दोन तीन दिवस बघतोय की तुमच्या दोघांच काहीतरी बिनसलंय.सुनबाईला बर नाही का? काही त्रास आहे का?"

त्याने सुनबाईकडे उत्तराच्या अपेक्षेने बघितले पण ती काहीच बोलली नाही.ती मान खाली घालून जमिनीवर रेघोट्या मारत होती .

अरविंदा पुन्हा विचारू लागला..

" सुनबाई,मला खर खर सांग, तुला गुणवंताकडून काही त्रास आहे का? आमच्यापैकी कुणाचं काही चुकत असलं तरी सांग;पण अशी रडत राहू नकोस बाई!"

अरविंदा बोलत होता आणि हे दोघे नुसते घुम्यासारखे समोर बसून राहिले होते.

"अरे पोरानो, मनात जे असेल ते मोकळेपणाने बोला. तुमच्या मनात जे काही असेल ते मला सांगितल्याशिवाय कसं कळणार? मुळात आपलं इन मिन चार जणांचे कुटूंब, कुणाचं काही दुखतखुपत असलं तर, कुणाला काही त्रास होत असला तर आपणच एकमेकांची काळजी घ्यायला हवी! जे काही असेल ते बोला बर..."

अरविंदा त्याची सुनबाई व् गुणवंताकडे स्थिर नजरेने बघत सावकाश बोलत होता..

सुनबाईने आता वर पाहिले आणि गुणवंताकडे पाहून खूण केली.

"तुम्हीच बोला" अशा अर्थाची ती खूण अरविंदाच्या नजरेतून सुटली नव्हती!

बोलू की नको अशा संभ्रमात असलेला गुणवंता चुळबुळ करत होत.तो बहुतेक शब्दांची जुळवाजुळव करत असावा..

गुणवंताने आता काही तरी निर्धार केल्यासारखं वर पाहिलं.पुन्हा पुन्हा त्याने घसा खाकरून साफ केला.पुन्हा जमिनीकडे नजर वळवून बघत तो एकदाचं धीर एकवटून बोलला.

" शालूला आणि मला वेगळे राहायचे आहे ..."

"क्काय....?" अरविंदा जवळ जवळ किंचाळलाच!

गुणवंताने आपल्या बापाच्या किंचाळण्याकडे दुर्लक्ष करत पुढे बोलायला सुरुवात केली....

" हे बघा बाबा,आजपर्यंत आम्ही तुम्हा दोघांची व्यवस्थित काळजी घेत आलोय,दोघाना सांभाळत आलोय; पण यापुढे हे जमणार नाही! या आंधळ्या वसंताला तर आम्ही अजिबात नाही सांभाळू शकणार!"

मनात इतके दिवस साठवलेले तो भडाभड ओकू लागला ..

"आम्ही उदयाच हे घर सोडून जाणार आहोत, यापुढे आम्ही शहरात राहायला जाणार आहोत. तुमच्यासाठी आणि या आंधळ्यासाठी आम्ही

आमचे जीवन बरबाद का करायचं? आज ना उद्या मी हे तुम्हाला सांगणारच होतो,बर झाल तुम्हीच हा विषय काढलात. तुम्हाला काय करायचे ते करा त्या वसंताचे, आम्हाला आता तुम्हा दोघांशी काहीही देणघेणे नाही!"

शालू आणि गुणवंताचे अनपेक्षितपणे एकदम टोकाला जावून तुकडा पाडल्यासारखे बोलणे अरविंदावर आघातावर आघात करत होते..

खरे तर घरात असे काहीच घडलेले नव्हते, की या दोघांनी हे घरच सोडून जायचा निर्णय घ्यावा.

" अरे,... पण मला कळेल का, तुम्ही असं का ठरवलंय.....?"

" बाबा, असं म्हणतात की झाकली मूठ लाख मोलाची असती, हे मी हे तुम्हाला सांगणारच नव्हतो तुम्हाला; पण आता विषय निघालाच आहे तर सांगतो...."

" वसंता हल्ली शालूच्या अंगचटीला येतो,.... माझ्या बायकोला त्या आंधळ्याकडून धोका आहे!"

अरविंदाला हे सगळे ऐकवत नव्हते ...., त्याला खात्री होती की त्याचा वसंता असे काही वागणे शक्यच नाही!

पलिकडे उभा असलेल्या वसंताला हे बोलणे ऐकू गेले होते .... गुणवंताचे ते शब्द ऐकून तो चांगलाच घाबरला,..मटकन खाली बसला आणि धाय मोकलून रडायला लागला! आपण असे काहीही केलेले नाही हे तो ओरडून ओरडून सांगू लागला.अरविंदाने त्याला जवळ घेतलं...

आता मात्र अरविंदा प्रचंड चिडला.....

" बस्स्स, काहीतरी बोलू नका,अरे सरळ सांगा ना की तुम्हाला वेगळ व्हायचंय! त्यासाठी या बिचाऱ्या वसंताला कशाला बदनाम करताय? जाSS ताबडतोब चालते व्हाsssपरत या घरात पाऊल टाकायची गरज नाही,चला व्हा बाहेर!"

अरविंदाचा राग अनावर झाला होता.तो थरथर कापत होता..

शालू जणू या क्षणाची वाटच पहात होती... तिने आधीच आपलं सामान आवरून ठेवलेले होते !

अत्यंत पद्धतशीरपणे नियोजन करून त्या दोघांनी घेतलेला निर्णय अमलात आणला!

दोघांनी घर सोडले ते कधीही परत न येण्यासाठी....

वसंता आणि अरविंदा दिवसभर रडत राहिले..

सुखाच्या एका स्वप्नाने अरविंदाला पुन्हा एक हुलकावणी दिली होती.

त्या दिवशी घरात अन्न शिजले नाही!

आता तिढा कायमचा सुटला... म्हणता,म्हणता अरविंदाच्या आयुष्यात हा एक नवीन गुंता सुरू झाला होता.पुन्हा नवा पेच समोर उभा ठाकला होता.जणू संकटामागून संकटे त्याचा पाठलाग करत होती...

तो रात्रंदिवस आपल्या आयुष्याबद्दल विचार करत होता....

"या नियतीच्या मनात माझ्या बद्दल नक्की काय आहे? उभ्या आयुष्यात मी कधी कुणाचे वाईट करणे तर सोडाच; पण चुकूनही कधी कुणाचे वाईट व्हावे असा विचारही केलेला नाही, मनापासून मी पांडुरंगाची पूजाअर्चा करतो,त्याचे नामस्मरण करणे चुकत नाही... असे असताना माझ्याच मागे अशी संकटे का?"

आता त्याचे वय पंचावन्नवय वर्षे झाले होते.अगदी मोजकी काही वर्षे सोडली तर कायमच दुर्दैवाचे दशावतार त्याच्या वाट्याला आले होते! मनाची अस्वस्थता त्याला चैन पडू देत नव्हती!

ऑफिसातून बाहेर पडल्यावर आज त्याने पांडुरंगाचे मंदिर गाठले.विठ्ठलासमोर साष्टांग नमस्कार घालून त्याने देवाला साकडे घातले.

" हे विठ्ठला,या प्रामाणिक भक्ताची अजून किती परीक्षा पाहणार आहेस? या गुंत्यातून मला बाहेर पडण्याचा योग्य मार्ग मला दाखव रेsss."

मंदिरात स्पीकरवर मंद आवाजात भजन वाजत होते..

" खेळ मांडीयेला वाळवंटीकाठी, नाssचती वैष्णव भाई रे..."

मन संपूर्णपणे शांत होईपर्यंत तो मंदिरात तसाच डोळे मिटून बसून राहिला.

अंधार पडायला लागल्यावर तो विचारांच्या तंद्रीत आपल्या घरी आला.

दरवाजात वसंताला बसलेला बघून त्याला खूपच वाईट वाटले ...

"बिचारा वसंता,या सगळ्यात त्याचा काहीही दोष नसताना तो भरडला जातोय, आपण त्याच्यासाठी काहीच करू शकलो नाही!" मनात आलेल्या या विचाराने अरविंदाची अस्वस्थता अजूनच वाढली.त्याने वसंताला जवळ घेतले. गुणवंता कृतघ्नपणे आपली जबाबदारी झटकून घराबाहेर पडला याचा त्याला प्रचंड राग आला होता;पण शांत बसावे लागत होते. वसंताच्या पाठीवर हात फिरवत तो त्याला कुरवाळू लागला...

"वसंता बाळा, संपूर्ण जग जरी तुझ्या विरोधात गेले, तरी माझ्या जिवात जीव असेपर्यंत मी तुला जीवापाड जपेन,तुझी काळजी घेईन!"....

गुणवंता आणि शालू घर सोडून गेले म्हणून दैनंदिन व्यवहार थांबवून चालणार नव्हते. वसंताचे वेळच्या वेळी करून नेहमीप्रमाणे ऑफिसलाही जाणे आवश्यक होते ...

अरविंदाने परत घराची सूत्रे स्वतःकडे घेतली. त्याचे रूटीन आयुष्य पुन्हा सुरू झाले.

वसंताची आंघोळ,कपडे,त्याच्यासाठी भाजी भाकरी करायची,त्याची व्यवस्था लावून कामाला जायचे, संध्याकाळी घरी आलं की भराभर आवरून वसंताला हात धरून बाहेर फिरवून आणायचं.

अरविंदांचा दिवस कसा जायचा ते समजायचं नाही!

दिवस जात होते.अरविंदा घरातली आणि ऑफिसची कामे करून पार थकून जायचा.आजकाल या धावपळीमुळे त्याचे स्वतःच्या तब्बेतीकडेही दुर्लक्ष व्हायला लागले होते. सारखा विचारात असल्यागुळे कधी कधी ऑफिसच्या कामाकडेही त्याचे दुर्लक्ष होत होते .आतापर्यंत नोकरीत कधी साहेबाची फायरिंग न मिळालेल्या अरविंदाला हल्ली साहेब नको एवढे झापायला लागले होते.

अरविंदाला या सर्व गोष्टींचा खूप त्रास होत होता; पण मुकाट सहन करण्याशिवाय कोणताही पर्याय त्याच्या समोर नव्हता. तसे त्याच्या ऑफिसमधले सहकारी चांगले होते. त्याला बऱ्याचदा त्यांची मदत मिळायची.त्याची मानसिक अवस्था व अगतिकता सर्वांना माहीत झालेली होती.

बन्याचदा त्याचे ऑफिसातले सहकारी त्याच्यावर एकापाठोपाठ येत असलेल्या आलेल्या दुर्दैवी संकटांवर चर्चा करून त्याला मानसिक आधार द्यायचा प्रयत्न करायचे.

सगळ्यांना अरविंदाबद्दल सहानुभूती होती; पण शेवटी प्रत्येकाला स्वत:ची लढाई स्वत:च लढावी लागते..

अरविंदाचे अगदी जवळचे म्हणता येतील असे फार कमी मित्र होते, देशमाने हे त्यांच्यापैकी एक होते. आत्तापर्यंत अरविंदाच्या जीवनात ज्या घडामोडी झाल्या त्याचे देशमाने एक साक्षीदार होते. कित्येकदा देशमाने अरविंदाच्या पाठी भक्कमपणे उभे राहिले होते.

गुणवंता आपल्या बायकोला घेऊन कायमसाठी घर सोडून गेला हे दुसन्याच दिवशी अरविंदाने देशमानेना सांगितले होते. त्यांनाही गुणवंताचे तसे वागणे बरोबर वाटले नाही.... त्यांनी अरविंदाला समजावले .....

"हे बघ अरविंदा, गुणवंताचे आजपर्यंतचे एकंदरीत आयुष्य बघितले, तर तो इतके दिवस नीट वागला हेच आश्चर्य आहे....तेव्हां जे घडलेय, त्याचा आहे तसा स्वीकार कर. झालेल्या गोष्टी त्रासदायक असल्या तरी त्यावर आता विचार करण्यात हशील नाही!" त्यांच्या सहानभुतीच्या चार शब्दांनी अरविंदाला खूप बरे वाटले.

'आपल्या या दुर्दैवी मित्राला अजून कशी मदत होईल' यावर देशमाने विचार करत राहिले...

दिवस जात होते ..

एक दिवस देशमाने ऑफिसात आले आणि अरविंदाला म्हणाले

"तुझ्याशी थोडे बोलायचे होते ,चल आपण चहाला जाऊ या."

आग्रहाने ते त्याला बाहेर घेऊन गेले.

हॉटेलात दोघेजण समोरासमोर बसले. चहा घेता घेता देशमानेनी सरळ मुद्द्यालाच हात घातला

"अरविंदा,घर आणि ऑफिसची कामे करताना तुझी होणारी दमछाक मी जवळून बघतो आहे.यावर तू काहीतरी मार्ग काढायला हवा असं मला मनापासून वाटते! "

चहाचा अजून एक घोट घेऊन देशमाने पुढे बोलू लागले...

" मला असं वाटते ...., एखादा माणूस तू पूर्णवेळ घरकामाला ठेवावास! थोडाफार खर्च होईल;पण त्याने तुझी सध्या चालू असलेली ओढाताण नक्कीच कमी होईल!!"

देशमानेचा प्रस्ताव खरच विचार करण्यासारखा होता..

आता देशमानेना या अरविंदाची थोडी मस्करी करावी असे वाटले, कित्येक दिवस तो मनमोकळे हसलेला नाही, अरविंदाकडे रोखून बघत त्याची मजा घेत ते पुढे म्हणाले –

" अरविंदा मला काय वाटते, तू एखादी बाईच ठेव की घरात !" असे म्हणून ते हसायला लागले.

अरविंदालाही त्यांचे ते वाक्य ऐकून खूप हसू आले ...

अरविंदाचा बदललेला मूड पाहून देशमानेना अजूनच त्याची खेचायची हुक्की आली...

" नाहीतर...., अरविंदा, बघ तू अजून एक गोष्ट करू शकतोस....दुसरे लग्नच करून टाक ना, तुझे आणि वसंताचे सगळेच प्रश्न मिटतील !" असे म्हणून देशमाने जोराने हसत सुटले...

अरविंदाही खो खो हसत त्या हसण्यात सामील झाला...

अरविंदा रात्री घरी आला आणि दररोजची कामे करू लागला.

काम करता करता त्याला आज चहाला गेल्यानंतर देशगानेनी केलेली त्याची ती मस्करी आठवली...

अरविंदा देशमानेंची त्यावेळी बोललेली वाक्ये मनातल्या मनात पुन्हा पुन्हा घोळवत होता..

देशमाने काय काय म्हणत होते ....

" एखादी बाईच ठेव ना घरकामाला...!"

पुढे ते बोलले होते ..

" नाहीतर, अरविंदा, तू अजून एक गोष्ट करू शकतोस....दुसरे लग्नच करून टाक ना! सगळेच प्रश्न मिटतील!"

"काय म्हणाले ते ?"

"दुसरे लग्न...?"

नकळत देशमानेनी अरविंदाच्या मनात एक वेगळाच विचार पेरला होता!

लग्न करायच्या त्या विचाराभोवती त्याचं मन आता नको नको म्हणत असतानासुध्दा पिंगा घालायला लागले होते..

त्याचं एक मन म्हणत होते....

"खरच काय हरकत आहे?"

"लग्न ?" "आता या वयात?"

"लोक काय म्हणतील?"

"वसंता काय विचार करेल?"

दुसर मन मात्र प्रतिवाद करत होते...

"लोकांचा मी का आणि कशासाठी विचार करायचा? माझा कुठे कधी कुणी विचार केलाय?"

आणि त्याचेही खरेचं होते की!

त्याचा लाडका मुलगा वसंता आंधळा झाला, त्याची बायको सीता त्याला आणि मुलांना सोडून हे जग सोडून गेली, त्याचा दुसरा मुलगा गुणवंता त्याचे लग्न झाल्यावर मदत करायला नको म्हणून कृतघ्न होउन बायकोला घेऊन घर सोडून गेला; तेव्हा लोकांनी कोरडी सहानुभूती व्यक्त करण्यापलीकडे काय मदत केली होती?' त्याच्या प्रत्येक अडचणीच्या वेळी त्याच्याकडे ढुंकूनही न बघणाऱ्या त्या लोकांना काय वाटेल, याचा विचार त्याने का आणि कशासाठी करायचा?'

तो सतत विचार करत राहिला...

"प्रत्येकवेळी मी संकटाच्या खाईत असताना हेच लोक माझी लांबून मजा बघत होते.त्या लोकांच्या मताला मी का किंमत द्यावी? ते काही नाही, माझे आयुष्य आहे...,मला जे योग्य वाटेल तेच मी करणार!"

अचानक त्याला सीतेची- आपल्या स्वर्गवासी पत्नीची प्रकर्षाने आठवण झाली.

"आज कित्येक दिवस झाले, सीता आपल्याला सोडून गेली, तिनेही जाताना मी एकटा पुढे मुलांची जबाबदारी कशी घेणार याचा विचार नाही केला! सरळ माझ्यावर जबाबदारी टाकून ती निघून गेली! त्या जबाबदारीच्या ओझ्याखाली मी अक्षरश: दबून गेलो, आपल्या आंधळ्या भावाची जबाबदारी घ्यायला नको म्हणून लग्नाला तयार केलेला दुसरा मुलगा त्याच्या बायकोचे ऐकून घर सोडून गेला...प्रत्येकजण स्वार्थीच

होता की,फक्त स्वत:चा विचार केला प्रत्येकाने! या आंधळ्या वसंताच करता करता मी माझे जगणे विसरलोय! काय अर्थ आहे अशा जगण्याला? त्यापेक्षा देशमानेनी सुचवलेला पर्याय काय वाईट आहे? मी लग्न केले तर वसंताला आईची माया मिळेल, माझे घरकाम वाचेल आणि ......"

या वयातही अरविंदा स्वत:शी चक्क लाजला!

"खरच,आधी का नाही हे सुचले आपल्याला?"

सीतेच्या अकाली जाण्यामुळे कित्येक दिवस त्याला स्त्रीसुख मिळाले नव्हते ..

खूप दिवसानंतर आज अरविंदाची 'ती' भूकही जागी झाली होती.

"आता तर कुठे आपण पंचावन्न वर्षाचे झालोय! काय हरकत आहे दुसरे लग्न करायला!"

आपल्या विचारांच्या तंद्रीतच त्याने समोरची कामे उरकली.

उत्साहाच्या भरात त्याने वसंताला बाहेर फिरवून आणले. आज कित्येक दिवसानंतर त्याला एकदम मस्त झोप लागली.

झोपेत त्याला सुंदर सुंदर स्वप्ने पडत होती.....

" त्याची दूसरी बायको लग्न करून त्याच्या घरी आली होती.रात्रंदिवस ती अरविंदाभोवती प्रेमाने पिंगा घालत होती. वसंताची खूप जीव लावून देखभाल करत होती, तो ऑफिसला निघाला तेंव्हा प्रेमाने त्याचा टिफिन त्याच्या हातात देता देता मुद्दाम त्याच्या हाताला हात लावून काहीतरी सुचवत होती! ऑफिसातून आल्या आल्या गरम वाफाळता चहाचा कप हातात मिळत होता.गरमागरम जेवण आग्रह करून करून त्याला ती वाढत होती.रात्री तिला मिठीत घेवून अरविंदा आकंठ सुखात न्हावून निघाला होत!"

स्वप्नातली ती प्रसन्न रात्र संपली आणि अरविंदा हवेत तरंगतच झोपेतून जागा झाला.

त्याला वास्तव जीवनाची जाणीव झाली.... रात्री पाहिलेल्या स्वप्नांनी आज त्याच्या जगण्यात उल्हास भरला होता! झपाट्याने नेहमीची कामे आवरून अरविंदा कामावर गेला...

आज देशमानेना आपला निर्णय सांगायचा....

" हा अरविंदा आता दुसरे लग्न करायला तयार आहे, तुम्हीच एखादी योग्य वधू शोधा!"

अरविंदा आता हवेत तरंगत होता...

दुसऱ्या दिवशी त्याचा उत्साह दुणावला होता ..

"आजच देशमानेशी आपल्या लग्नाबद्दल चर्चा करायची. थट्टा करता करता आपल्याला त्यांनी आपल्या सुखी भविष्याचा मार्ग दाखवला आहे!"

विचारांच्या तंद्रीतच अरविंदा ऑफिसला पोहोचला.त्याने देशमानेना ताबडतोब भेटायला बोलावले. काल ज्या हॉटेलात त्यांनी चहा घेतला होता तेथेच देशमाने अरविंदाला भेटायला आले.अरविंदा आज भलताच खूष दिसत होता ....

" देशमानेसाहेब बोलता बोलता तुम्ही मला माझ्या समस्येवर उत्तम तोडगा सुचवलात बघा. मी लग्न केले तर वसंताची काळजीच मिटून जाईल.त्याची माझ्याकडून खूप आबाळ होते. माझ्या लग्नाने त्याला आई मिळेल.घराला पुन्हा घरपण येईल!"

नव्या उत्साहाने अरविंदा बोलत होता ....त्याचा बोलतानाचा फुललेला चेहरा बघून देशमानेना गंमत वाटली.

ते विचारमग्न झाले ...

" माणसाची आशा किती वाईट असते नाही? या माणसाच्या आयुष्यात इतके उतार चढाव आले,एवढी संकटे आली; पण अरविंदाने अजूनही हार मानलेली नव्हती. एक डाव मोडला तरी त्याची खंत बाळगत तो बसलेला नाही, पुन्हा नव्या उमेदीने तो नवे नवे डाव मांडत होता."

त्याच्या जीवनाबद्दलच्या सकारात्मक दृष्टिकोनावर इतकी संकटे आली तरी कोणताही परिणाम झालेला नव्हता. कितीही वेळा पडला तरी नव्याने उभे रहायच्या अरविंदाच्या जिद्दीला देशमानेंनी मनोमन सलाम केला...

अरविंदाच्या पाठीवर प्रेमाने थोपटत ते म्हणाले ..

"अरविंदा,तुझ्या लग्न करायच्या निर्णयाबद्दल तुझे मनापासून अभिनंदन!"

"अरविंदा ,मित्रा तुझे आयुष्य म्हणजे मला नेहमी एक मोठा गुंता वाटत आले आहे, सुटला सुटला म्हणेपर्यंत तू अजूनच या गुंत्यात अडकत जातो,हे मी अनेक वर्ष पहातो आहे.आतापर्यंत तुझ्या घरात जे काही घडले आहे त्यावर चर्चा करण्यात आता तसा अर्थ नाही, जे झाले ते झाले,त्याला इलाज नाही; पण हा गुंता सोडवण्यासाठी तू ज्या धैर्याने नेहमी प्रयत्न करतोस, त्याबद्दल तुला मानावेच लागेल! तुझा हा नवा डाव यशस्वी होवू दे अशीच मी ईश्वराकडे प्रार्थना करतो!"

पुढे ते म्हणाले ...

"आता एक काम कर, तुझी माहीती एखाद्या लग्न जुळवणाऱ्या संस्थेला दे,तुझ्या अपेक्षा सांग,आणि योग्य अशी जोडीदारीण मिळाली की लग्न उरकून घे! मला वाटते की तुझ्या समस्येवर हा उत्तम उपाय ठरेल.! पाहीजे तर मी येतो तुझ्याबरोबर!"

देशमानेनी दिलेल्या प्रोत्साहनाने अरविंदाला खूपच बरे वाटले.

त्याच दिवशी ते दोघेजण शहरातल्या 'मंगलगाठी' या संस्थेत नाव दाखल करायला गेले.

अरविंदाने आपली सगळी खरी खरी परिस्थिती तेथे नमूद केली.अपेक्षा हा रकाना भरताना त्याने स्पष्टपणे दृष्टिहीन वसंताची देखभाल व घरातील सर्व जबाबदाऱ्या घेण्याची अट घातली....

आठवडाभरातच त्याला संस्थेकडून निरोप आला.

अरविंदासाठी एका विवाहेच्छूक विधवा बाईंचा प्रस्ताव आला होता ! या बाई पाचेक वर्षानी अरविंदापेक्षा लहान होत्या. त्यांचे पती एका अपघातात वारले होते आणि पदरात दहा वर्षाचा मुलगा होता.

देशमानेना बरोबर घेऊन अरविंदाने त्या बाईंशी संपर्क साधला.समोरासमोर भेट ठरली....

समोर भेटल्यावर एकमेकांच्या माहितीची देवाणघेवाण झाली.

त्या बाईंचे नाव होते सुनंदा!

तर,या सुनंदाचे आधीचे यजमान खाजगी नोकरीत होते. शिफ्टमध्ये त्यांना काम करावे लागायचे.एक दिवस रात्रपाळीवरून घरी येत असताना त्यांना कुठलाशा अज्ञात वाहनाने ठोकर मारली.वेळेवर उपचार मिळाले नाही आणि जागेवरच त्यांचा दुर्दैवी मृत्यू झाला...

सुनंदा व त्यांच्या लहान मुलावर हा फार मोठा आघात होता.सुनंदासमोर तर संपूर्ण आयुष्य होते..

पदरात एक छोटा मुलगा होता त्याचे संगोपन कसे करायचे?

हातातोंडाची गाठ कशी घालायची?,

घराचे भाडे कसे भरायचे?

असे प्रश्नच प्रश्न तिच्यासमोर आ वासून उभे होते....

अरविंदा सुनंदाच्या तोंडून तिचे पूर्वायुष्य जीवाचे कान करून ऐकत होता .....

सुनंदा आपली जीवनकथा अरविंदाला सांगत होती, एक दुर्दैवी जीव आपला प्रवास दुसऱ्या दुर्दैवी जीवाला ऐकवत होता.

"माझ्या मालकाची डेड बॉडी समोर आली आणि मला भोवळच आली.आता पुढे काय? हा मोठा प्रश्न समोर आ वासून उभा होता. मालकांच्या कंपनीतून काही पैसे मिळाले होते;पण सहा महिन्यातच ते संपले.आता स्वत: कमावल्याशिवाय पोटाला खायला मिळणार नव्हते. हातपाय गाळून उपयोग नव्हता.राहुलच्या भविष्याचा विचार करून कंबर कसली आणि चार घरी मोलमजूरीची कामे धरली. मुलाचे शिक्षण चालू ठेवले.तुटपुंज्या मिळकतीत आधीच्या घराचे भाडे परवडत नव्हते त्यामुळे झोपडपट्टीत कमी भाड्याची खोली घेतली."

परिस्थिती माणसाला घडवते असे म्हणतात ते खरे आहे!

एका तरुण विधवेकडे पहाण्याचा लोकांचा दृष्टीकोन काय असतो,समाजात वागताना याचा घडोघडी अनुभव तिला यायला लागला. कुंकवाच्या धन्याशिवाय जगत असलेली बाई म्हणजे समाजातल्या गिधाडांना सहज उपलब्ध असलेले सावज वाटते!

"अशा वाईट गिधाडांच्या वाईट नजरांपासून वाचण्यासाठी मी चार ठिकाणी खोली बदलली; पण जेथे जाईलं तिथे अशी श्वापदे लचके तोडायला हजरच होती! वाईट नजरांपासून स्वत:ला वाचवायचे माझ्या सारख्या एका तरुण विधवेसाठी तेवढे सोप्पे नव्हते! अगदी मोजक्या काळातच चरितार्थासाठी चार पैसे कमवता कमवता लोकांकडून मिळालेल्या बऱ्यावाईट अनुभवाचे गाठोडे चांगलेच वाढले होते!"

"कुणीतरी मग मला पुनर्विवाहाचा सल्ला दिला, माझे मन मानत नव्हते....विचार करण्यात मधे बराच काळ लोटला होता.आता मला या जीवनाचा कंटाळा आला होता.विचार केला –किती दिवस असे विधवेचे जीवन जगायचे? पदरात एक मूल टाकून नवरा मधेच जग सोडून गेला.. यात माझा काय गुन्हा आहे? आता ना सासरचा आधार ना माहेरचा, काय अर्थ आहे अशा जगण्याला? काही नाही, स्वतःच्या आणि मुलाच्या भविष्यासाठी आपण दुसरे लग्न करायचे! दोघांनाही आधाराची गरज आहे!"

सुनंदाने मग त्या दृष्टीने पावले टाकायला सुरुवात केली.तिने थोडी चौकशी केली आणि आपले नाव वधूवरसूचक संस्थेत नोंदवले.राहुल -तिच्या मुलासहीत जो कोणी तिला स्वीकारेल.. त्याच्याशी ती लग्न करायला तयार होती..

संस्थेकडून अरविंदाचे स्थळ तिला सुचविण्यात आले, त्यां दोघांची गाठही घालून दिली.

दोघांच्या अटी एकामेकानी मान्य केल्या.सुनंदाने वसंताची काळजी घेण्याचे आनंदाने मान्य केले तर अरविंदानेही राहूलचा पोटच्या मुलाप्रमाणे सांभाळ करण्याचे कबूल केले!

अरविंदा आणि सुनंदा एकमेकांशी लग्न करायला तयार झाले!

अरविंदा आणि सुनंदा जरी एकमेकांना मनापासून स्वीकारायला तयार झाले असले तरी दोघांच्या मुलांनाही विश्वासात घेणे आवश्यक होते.राहुल तसा लहान होता; पण गद्यपंचचिशीत असलेल्या वसंताला आपला बाप वयाच्या पंचावन्ननंतर लग्न करतोय हे पचनी पडायला जड होऊ शकत होते.याशिवाय हे लग्न कधी आणि कसे करायचे यावरही विचार करणे आवश्यक होते.

दोघांनाही लग्नाची घाई झालेली असली तरी वास्तवातील समोर असणाऱ्या संभाव्य अडचणींना टाळून पुढे जाणे दोघांनाही योग्य वाटत नव्हते.

सर्व बाजूने विचार करण्यासाठी अजून काही दिवस दोघांनीही मागून घेतले....

आपल्या लग्नाच्या कल्पनेने अरविंदा खूपच उल्हासित झालेला होता.त्याला आता कधी एकदा या सुनंदाशी लग्न करून घरी घेउन येतो असे झाले होते! सीतेचे आजारपण आणि नंतर झालेल्या अकाली मृत्युनंतर स्त्रीसुखाला पारखा झालेल्या अरविंदाला सुनंदाच्या सौंदर्याचा नाही म्हटल तरी मोह झाला होता! रंगाने तशी सावळी असली तरी सुनंदा दिसायला खूपच आकर्षक होती,ज्या सुखापासून नशिबाने त्या दोघाना वंचित ठेवले होते ते सुख दोघानाही नव्याने खुणावत होते!

अरविंदाने लगेच वसंताला त्याचे स्वत:चे लग्न कसे फायद्याचे आहे हे पटवायला सुरुवात केली.सर्वस्वी परावलंबी असलेल्या वसंताला आपल्या वडीलांनी घेतलेला निर्णय मान्य नसायचे तसेही कारण नव्हते.वसंताने अरविंदच्या निर्णयाला हिरवा कंदील दिला...

देशमाने व आणखी काही माणसांच्या उपस्थितीत रजिस्टर पध्दतीने दोघे त्यांच्या जीवनातला हा "नवा भिडू,नवा डाव" खेळायला सिध्द झाले!

लग्न अत्यंत साधेपणात पार पडले आणि आपली झोपडी सोडून राहूलला-आपल्या मुलाला घेऊन सुनंदा आपल्या दुसऱ्या पतीच्या-अरविंदाच्या घरी रहायला आली.

अरविंदाच्या आयुष्यात आता सुखाचा आणि आनंदाचा वर्षाव होवू लागला होता.

सुरूवातीला वसंता जरी आपल्या नव्या आईचे वागणे कसे असेल याबद्दल साशंक होता;तरी त्याची ही नवी आई त्याला पहिल्या दिवसापासूनच आवडली होती.तिने वसंताच्या बाबतीत अरविंदाला दिलेला शब्द ती कसोशीने पाळत होती. राहूलही आपल्या या नव्या दादाच्या संगतीत रमू लागला. त्याला हवी ती मदत करू लागला.

पुन्हा एकदा अरविंदाचे घर सुखासमाधानाने हसूखिदळू लागले.अरविंदाच्या व सुनंदाच्या चेहऱ्यावर या पोक्त वयातल्या लग्नाचे वेगळेच तेज दिसायला लागले होते!

दोघांचेही आयुष्य सुखाने भरून गेले होते.आधीच्या जीवनातल्या दुःखाचा आता लवलेशही उरला नव्हता!...

सुनंदा आणि अरविंदाचा नवा संसार सुखासमाधानाने चालू झाला होता.संपूर्ण विचारांती दोघांनी लग्नाचा निर्णय घेतला होता.

अशा लग्नांमध्ये ज्या तडजोडी कराव्या लागणार होत्या त्याची दोघांनीही आधीच मानसिक तयारी केलेली असल्यामुळे दोघांचेही छान ट्यूनिंग जमले होते.सुखाचा नवा अध्याय सुरू झालेला होता..

दिवस पुढे पुढे जात होते.अरविंदा आता पूर्वीपेक्षा खूपच निवांत झाला होता.महिन्याच्या महिन्याला येणारी पगाराची रक्कम तो सुनंदाच्या हवाली करू लागला.घरातले सर्व दैनंदिन व्यवहार आता सुनंदाच्या हवाली केलेले होते आणि ती आपल्या नव्या संसारात मनापासून लक्ष देत होती.

सीतेची जागा घेवून घराच्या सगळ्या जबाबदाऱ्या घेणारी कामसू बायको आपल्याला मिळाली याचे अरविंदाला मनापासून समाधान होते.समाधानी आनंदी जीवनामुळे अरविंदाच्या वागण्याबोलण्यात एक वेगळाच आत्मविश्वास आला होता.

काळ आपल्या वेगाने पुढे पुढे सरकत होता..

अरविंदाला सुनंदाबरोबर केलेल्या दुसऱ्या लग्नामुळे आयुष्य सुरळीत झाले आहे असे जरी वाटत होते तरी नियती त्याच्यासमोर नवा गुंता उभा करणार आहे याचा त्याला अंदाज नव्हता..

हल्ली सुनंदाच्या मनात थोडे वेगळे विचार येऊ लागले.अरविंदा आता पूर्णपणे तिच्या कह्यात आला होता.त्याने कमावलेला सगळा पैसा आता तिच्या ताब्यात येत होता.घरातले सगळे व्यवहार आता तीच बघत होती.

तिच्या लक्षात आले होते की अरविंदा आता वसंताच्या बाबतीत एकदम निर्धास्त झाला आहे.घरात सुनंदाला संपूर्ण स्वातंत्र्य होते. वसंता ठार आंधळा होता.त्याला घालायला जो कपडा देईल तो घालत होता.ताटात जे पडेल ते निमूटपणे तो खात होता.

आपल्या सौंदर्यावर अरविंदा संपूर्णपणे फिदा झालेला आहे,आपला तो गुलाम झालेला आहे आणि आता आपण जे काही सांगू ते तो ऐकणारच याचा आत्मविश्वास सुनंदाला आला होता.

ध्यानीमनी नसताना अचानक हातात आलेली घराची अनिर्बंध सत्ता आणि अरविंदाच्या घरातल्या तिजोरीच्या चाव्या तसेच अरविंदाच्या हृदयातील तिच्याबद्दल निर्माण झालेला फाजील विश्वास यांनी तिच्यातली खलनायिका जागृत केली होती.....

तिच्या डोक्यात आता वेगळे विचार घर करायला लागले होते...

"वसंता शेवटी आपल्या सवतीचा मुलगा! या आंधळ्या सावत्र मुलाची मी काय म्हणून आयुष्यभर सेवा करायची? माझ्या राहुलकडे या वसंतामुळे दुर्लक्ष होते आहे....ते काही नाही, काहीतरी करून याला घराबाहेर काढायला पाहिजे!"

तिला माहीत होते की त्याला कसेही वागवले तरी वसंता आता काहीच करू शकत नाही.घरातच नव्हे तर आजूबाजूच्या शेजाऱ्यांतही सुनंदाची एक जबाबदार गृहिणी म्हणून इमेज तयार झालेली होती.. तसाही तो संपूर्णपणे परावलंबी होता.

'आपण त्याच्याशी आता कसेही वागलो तरी तो कुणाला काही सांगणार नाही,तसाही हल्ली अरविंदा रात्रीच घरी येतो,एकदा घरी आला की तिच्याभोवतीच पिंगा घालत असतो! आणि समजा त्याने काही सांगायचा प्रयत्न केला तरी त्याच्यावर कुणीच विश्वास ठेवणार नाही .."

सुनंदाच्या डोक्यात हळूहळू एक कट आकाराला येत होता...

राहूलसाठी घरात हल्ली गोडाधोडाचे वेगळे अन्न शिजू लागले.जेवणाबरोबरच कपडेलत्ते व लाडाकोडातही राहुलला झुकते माप मिळू लागले...

अरविंदा तर सुनंदाच्या प्रेमात जसा विरघळूनच गेला होता! त्याची प्रत्येक रात्र शृंगाराने न्हाऊन निघत होती. त्या धुंदीतच तो वावरत होता,त्यामुळे घराला झालेली सावत्रमत्सराची ही लागण त्याच्या लक्षात येणे अशक्यच होते! दिवसेंदिवस सुनंदा वसंताकडे जास्तच दुर्लक्ष करू लागली.त्याला वेळेवर जेवण देणे.कपडे बदलणे अशा दैनंदिन गोष्टींची हेळसांड होऊ लागली.

वसंताला आपल्या सावत्र आईचे वागणे पूर्वीपेक्षा बदलले आहे हे समजत होते;पण तो या बाबतीत काहीच करू शकत नव्हता.त्याला नवीन आईच्या हवाली करून अरविंदा जणू खूप दिवसांनी मिळालेले

स्वातंत्र्य उपभोगत होता! हल्ली तर पंधरा पंधरा दिवस अरविंदा त्याची विचारपूसही करत नव्हता.त्याच्या दृष्टीने सगळे कसे आलबेल चाललेले होते!

हळूहळू वसंताचा चांगलाच कोंडमारा व्हायला लागला.त्याच्याशी कुणीच धडपणे बोलत नव्हते.राहूलही पूर्वीसारखा त्याच्याकडे येत नव्हता.

सकाळचा मिळणारा नाष्टा, त्याची आंघोळ,कपडे एवढेच काय तर मिळणाऱ्या जेवणातही फरक झाला होता.त्याला आता स्वत:हून मागितल्याशिवाय काहीच मिळत नव्हते.त्याच्या प्रश्नांना उत्तरे मिळत नव्हती.त्याच्या अंधपणाचा पुरेपूर फायदा घेऊन त्याला कुणाच्याही संपर्कात येऊ दिले जात नव्हते!

वसंताची घालमेल दिवसेंदिवस वाढायला लागली होती,चिडचिड व्हायला लागली होती.

आपल्या वडिलांचे आपल्याकडे लक्ष जावे त्यांना त्याला होणाऱ्या त्रासाबद्दल सांगावे म्हणून तो अरविंदा घरात असल्याचा अंदाज घेवून त्याला हाका मारायचा;पण त्या हाका अरविंदापर्यंत पोहोचू नयेत याची पुरेपूर काळजी सुनंदा घेत होती.वसंता आणि त्याच्या वडिलांची गाठच पडू नये याची ती पुरेपूर दक्षता घेत होती.अरविंदा घरात असला की ती वसंतासाठी किती राबते आहे,त्याची किती काळजी घेते आहे याचा उत्कृष्ट अभिनय करत रहायची त्यामुळे अरविंदालाही वसंताला भेटण्याची,त्याच्याशी बोलायची आवश्यकता वाटत नव्हती ...

आपल्या घरात वेगळे काही घडते आहे याचा काहीच अंदाज अरविंदाला असायचे कारण नव्हते!

त्याच्या दृष्टीकोनातून पूर्वी कधीच नव्हते तेव्हढे त्याचे जीवन आनंदाने बहरलेले होते!

सुनंदा दुटप्पी वागत होती,वसंताचा पध्दतशीर छळ करत होती.वसंताने जरी कुणाला सांगितले तरी त्याच्यावर कुणी विश्वास ठेवणार नाही शिवाय संपूर्ण घरावर आता आपले नियंत्रण असल्याने अरविंदाही काही करू शकत नाही याचा तिला विश्वास होता..

अन्यायाचा जेव्हा अतिरेक होतो तेव्हा कितीही लपवाछपवी केली तरी एक ना एक दिवस त्याला वाचा फुटतेच!

एक दिवस व्हायचं ते झालंच....

आपला पद्धतशीरपणे छळ होतो आहे हे लक्षात येउनही वसंता निमुटपणे त्रास सहन करत होता;पण हळूहळू वसंताच्या होणाऱ्या छळात वाढ होऊ लागली आणि वसंताची घुसमट वाढू लागली.आतल्या आत तो संतापाने घुमसू लागला.त्याचा राग अनावर व्हायला लागला..

एक दिवस मात्र त्याच्या छळाचा कडेलोट झाला आणि वसंताच्या खूप दिवस साठवलेल्या रागाचा प्रचंड स्फोट झाला!

त्याचे कारणही तसेच होते,सलग दोन दिवस त्याला खायला काहीच मिळाले नव्हते! त्याने सुनंदाचा कानोसा घेत दोन तीन वेळा तिला खायला मागितले;पण तिने सरळ त्याच्याकडे दुर्लक्ष केले.

'आपल्याच घरात आपल्याला साधे जेवणही मिळू नये म्हणजे काय?' घरात हाकेला प्रतिसाद मिळेना म्हणून अंदाज घेत तो स्वयंपाकघरात आला.अनेक दिवस त्याला हाताने काही घेऊन खायची वेळच आली नव्हती.

पोटात भुकेचा आगडोंब उसळलेला होता ..

त्याला असलेल्या पूर्वीच्या अंदाजाने नेहमी जेथे स्वयंपाक करून ठेवलेला असायचा तेथे तो चाचपडत राहिला;पण त्याच्या हाताला काहीच लागले नाही.

घरात सुनंदाने बरेच बदल केले होते,ते वसंताला माहीत असणे शक्यच नव्हते.अचानक तो भांडी ठेवण्याच्या फडताळावर जोरात आदळला.फडताळातली भांडी आवाज करून घरभर पसरली, वसंताचे डोके कशावर तरी जोरात आदळले.आधीच दोन दिवसापासून पोटात काही नाही, त्यात हा मार, त्याचा राग अनावार झाला..

प्रचंड रागात ओरडत किंचाळत मिळेल ती वस्तू तो इकडे तिकडे फेकू लागला.जिथे जमेल तिथे भिंतीवर डोके आदळून जोरजोराने ओरडू लागला.घरभर सगळ्या वस्तू पसरल्या. अडखळून वसंता जमिनीवर आडवा पडला.आत्यंतिक रागामुळे हातात जे येईल ते तो इकडे तिकडे फेकत होता.जोराने ओरडत रडत होता;पण त्याचा हा आक्रोश ऐकायला

घरात कुणीच नव्हते!

रडत भेकत हतबल असलेला वसंता किंचाळत राहिला....

सुनंदा दुपारीच घराला बाहेरून कुलूप घालून राहुलच्या शाळेत गेली होती. त्याला शाळेतून घेऊन परस्पर अरविंदाच्या ऑफिसला ती गेली आणि अरविंदाला बरोबर घेऊन राहुलच्या दोन दिवसानंतर असलेल्या वाढदिवसाची खरेदी करायला हे तिघे गेले होते! राहुलबरोबरच तिने वसंतासाठीही चांगले दोन ड्रेस खरेदी केले!

'सुनंदा सावत्र आई असूनही आपल्या वसंताची किती काळजी घेते,हे पाहून अरविंदाला अगदी भरून आले होते.त्याने नकळत आलेले डोळ्यातले पाणी पुसले.त्याच्या मनात काय चालू असणार याचा अंदाज येऊन सुनंदाने हलकेच त्याच्या पाठीवर थोपटले!'

सुनंदा आपले नाटक छान वठवत होती.

"अरविंदाला आपण कसे सहजासहजी फसवू शकतो नाही..?"

स्वतःवर खुश झालेली सुनंदा मिश्किलपणे हसत अरविंदाच्या मागे एका हातात खरेदीच्या पिशव्या आणि दुसऱ्या हातात राहुलचा हात धरत दुकानातून बाहेर पडली...

त्या दोघांसह खरेदी उरकून दुकानातून बाहेर पडला.

आता सुनंदाला सडकून भूक लागली होती.राहुललाही आईस्क्रिमही खायचे होते.

बऱ्यापैकी हॉटेल बघून तिघांनीही भरपूर खाऊन घेतले.राहुलच्या आवडीचे आईसक्रिम त्याला मिळाले.

"आपल्या वसंतासाठीसुध्दा आपण पार्सल घेउन जावू या ना!" ठेवणीतल्या लाडिक सुरात सुनंदाने प्रस्ताव ठेवला.

'आपल्या सावत्र मुलाचीसुध्दा सुनंदा किती काळजी करते आहे' हे पाहून अरविंदाला आपली दुसरी पत्नी म्हणून सुनंदाची निवड केल्याचा सार्थ अभिमान वाटला..'

वर आकाशाकडे बघून त्याने पांडुरंगाला नमस्कार केला ..

नकळत त्याला भरून आले, सुनंदाचा हात हातात घेऊन तो म्हणाला.....

" तुझ्यासारखी बायको मला मिळाली हे माझे भाग्य समजतो, सुनंदा मी तुझ्यावर खूप खुश आहे..."

सुनंदा गोड लाजली.

रिक्षा करून तिघेही घरी आले. सुनंदाने दाराचे कुलूप काढले, दरवाजा उघडला.....

घरातल्या सामानाची अवस्था बघून अरविंदा आणि सुनंदा हादरले...

' घराचे हे असे कसे झाले? काही अघटीत तर घडले नाही ना?' अरविंदा घाबरला...तो वसंताला हाक मारू लागला. त्याच्याकडून प्रतिसाद मिळत नाही हे पाहून अरविंदा घरभर त्याला शोधू लागला.

एका कोपऱ्यात अंगाचे मुटकुळे करून वसंता पडलेला होता.

डोक्याला खोक पडून त्यातून रक्त आले होते.

सगळ्या घरात सामान अस्ताव्यस्त पडले होते.अरविंदाला समजेना याला नक्की काय झालंय!

तो हलकेच वसंताजवळ गेला.त्याला हाताने धरून सरळ केले...

आपल्या वडिलांचा स्पर्श आणि आवाज ओळखून वसंता ओक्साबोक्शी रडायला लागला..

सुनंदासाठी हे सर्व अगदीच अनपेक्षित होते.आता वसंता आपल्याबद्दल अरविंदाला कागाळी करणार हा विचार करून सुनंदा हादरली.

अरविंदा किंवा वसंता यांनी काही बोलण्यापूर्वीच सुनंदाने स्वतःच जोरात आकांडतांडव करायला सुरुवात केली...

"मी आजपर्यंत खूप सहन केलं;पण आता सहन नाही करणार. तुम्हाला शब्द दिला होता म्हणून आजपर्यंत केवळ निमूटपणे त्याची सेवा केली. त्याच्यासाठी एवढे सगळं करते :पण याला त्याची किमत नाही.तुम्ही घराबाहेर असता, तुम्हाला आजपर्यंत बोलले नाही, दिवसभर हा वैताग देतो,नको नको तसे वागतो.राहुलला पकडून मारतो.माझ्यावर ओरडतो. आजकाल मला तो दुष्मन समजतो.घरात नेहमी अशीच सामानाची फेकाफेक करतो.आता तुम्हीच बघा...काय गोंधळ घातलाय त्याने...सगळं आयते मिळते त्यामुळे खूप मस्ती आलीय या आंधळ्याला!"

सुनंदाच्या तोंडाचा पट्टा नको इतका सुटला होता, अरविंदाचे डोके बधीर झाले होते ..

"ते काही नाही,या घरात एकतर हा वसंता राहील, नाही तर आम्ही दोघे तरी राहू!. आंधळा म्हणून त्याचे खूप लाड केले, भोगा त्याची फळ! आता बस्स झालं, खुप झाले त्याचे लाड!...आजपासून या आंधळ्याला मी बिलकूल सांभाळणार नाही. सोडून या कुठंही! यापुढे मला याच तोंडही बघायचं नाही!'

तिने आता शेवटचा घाव घातल..

"जोपर्यंत हा आंधळा वसंता या घरात आहे तोपर्यंत मी या घरात पाउल ठेवणार नाही!"

आपल्या आवाजाची पट्टी सुनंदाने अशी काही वाढवली होती की वसंता रडणे थांबवून एकदम चिडीचूप बसला.

वसंताचे रडणे,घरातल्या सामानाची वाताहत आणि सुनंदाचे अनपेक्षित आकांडतांडव ऐकून अरविंदाचे डोके सुन्न झाले होते. आपल्या घरात नक्की काय घडते आहे ते त्याला समजेना!

"वसंतावर सावत्र मुलगा असूनही जीवापाड प्रेम करणारी,त्याला वेळेवर खाउपिऊ घालणारी आपली प्रिय सुनंदा अचानक अशी टोकाचे का बोलतेय? नक्कीच वसंता दिवसभर तिला त्रास देत असणार! लग्न झाल्यापासून एकदाही तिने वसंताबद्दल काही तक्रार केलेली नव्हती.एवढा त्रास तो देत होता तरी एकटी सगळ निस्तरत होती! चेहऱ्यावर सतत हास्य ठेवून ती संसार करते आहे.... मला त्रास होवू नये म्हणून एका शब्दानेही मला तिने काही कळू दिले नाही, किती सोशिक आहे सुनंदा!"

आपला दुर्दैवी अंध मुलगा वसंता शांत आणि किती समजदार आहे असे तो मोठ्या कौतुकाने ऑफिसात लोकांना सांगायचा;पण त्याने त्याचा घोर अपेक्षाभंग केला होता!

"किती सहन केलं असेल एकट्या सुनंदाने,...बिचारी सुनंदा!"

त्याला जुनी गोष्ट आठवली..

"गुणवंताची बायकोही त्यावेळी असंच वसंताबद्दल काहीबाही बोलत होती;पण आपण लक्ष दिले नव्हते, ती सांगत होती तेही खरे

असले पाहिजे!"

'गुणवंता आणि सुनबाईला खोटे ठरवून त्यावेळी घराबाहेर काढले...केवढी मोठी चूक केली ना आपण?'

डोके दोन्ही हातात गच्च पकडून अरविंदा बधिरपणे विचार करत होता.

सुनंदा पुन्हा एकदा कडाडली...

"पुन्हा सांगते '

आजपासून या आंधळ्याला मी सांभाळणार नाही, सोडून या कुठंही! माझ्यासमोर ह्याच तोंड दिसायला नको! तो जोपर्यंततया या घरात आहे तोपर्यंत मी घरात येणार नाही!"

सुनंदा हे फक्त बोललीच नाही तर तिने राहूलचा हात पकडला त्याला ओढत तरातरा ती घराबाहेर पडली.

अरविंदासमोर मोठे धर्मसंकट उभे राहीले.

एका बाजूला असहाय्य आंधळा पोटचा मुलगा तर दुसरीकडे त्याची लाडकी बायको होती. तो अक्षरशः सुन्न झाला होता. नियतीने कष्टाने मांडलेला त्याचा डाव पुन्हा बिघडवला होता!

वसंता एका कोपऱ्यात बसून थरथरत होता.आपली नवी आई आपला दुस्वास करते हे त्याला आता अंगवळणी पडले होते, त्याने आजपर्यंत याबद्दल तोंडातून एकही शब्द काढलेला नव्हता:पण ती एवढ्या टोकाला जाईल याची त्याला कल्पना नव्हती.

पुढे काय होणार या विचाराने तो घाबरून गेला होता...

सुनंदा राहुलला घेऊन तरातरा घराबाहेर पडली.तिचा तो त्राटीकेचा अवतार बघून अरविंदाला तिला पुढे होऊन अडवायचे धैर्य झाले नाही.तो आपले डोके दोन्ही हातात गच्च दाबून सुनंदा गेलेल्या दिशेकडे वेड्यासारखा बघत राहीला.वसंता अजूनही कोपऱ्यात थरथरत उभा होता. दोघेही एकमेकांशी एकही शब्द न बोलता बसून राहिले.

त्या दिवशी कुणालाही जेवणाची आठवण झाली नाही.

इकडे वसंता मूकपणे अश्रू ढाळत होता,तर एका बाजूला अरविंदा आतल्या आत स्फुंदत होता.

"माझ्या बाबतीतच हे का घडतंय? मी असा काय गुन्हा केलाय की पुन्हा पुन्हा नियती माझ्यासमोर एकामागोमाग एक संकटे उभी करते आहे? मी मांडलेला प्रत्येक डाव का उधळला जातोय? का? का?"

अरविंदाच्या डोक्यात प्रश्नांची वादळे उठत होती.

त्याच्या कोणत्याही प्रश्नाचे समाधानकारक उत्तर मिळण्याची अजिबात शक्यता नसतानाही तो एकामागून एक प्रश्न स्वत:ला विचारत होता.अख्खी रात्र तो तळमळत राहिला...

सकाळ होताच अरविंदाने ठरवले..

'सुनंदाला पुन्हा घरी आणायला जायचे! कसेही करून तिची समजूत काढायची!'

त्या दिवशी अरविंदा सुनंदाच्या जुन्या झोपडीकडे गेला,त्याचा अंदाज बरोबर ठरला.सुनंदा तिच्या त्या आधीच्या झोपडीत येऊन राहिली होती.

अरविंदाला बघताच सुनंदाने तोंड फिरवले.

तिच्या त्या वागण्याकडे दुर्लक्ष करून तो तिची समजूत काढू लागला, तिची विनवणी केली,तिला अक्षरशः हात जोडले;पण सुनंदा काहीएक ऐकायला तयार नव्हती! तिचा एकच हेका चालू होता...

"वसंता त्या घरात असेपर्यंत मी त्या घरात पाय ठेवणार नाही!"

अरविंदा हताश होऊन घरी परतला.

लग्न ठरवताना "आंधळ्या वसंताचे पालनपोषण मी स्वत:च्या मुलासारखे करीन." असे सुनंदाने अरविंदाला वचन दिले होते;पण तो दिलेला शब्द तिने आता फिरवला होता!

अरविंदाचे मित्र-देशमाने लग्न ठरवताना बरोबर होते किंबहुना त्या दोघांचा हा नवा डाव सुरू करण्यात देशमानेंनी महत्वाची भूमिका बजावलेली होती.

आजपर्यंत त्याच्या जीवनात प्रत्येक प्रसंगी देशमानेंनी मोठ्या भावासारखी साथ दिलेली होती,मार्गदर्शन केले होते.आजही अरविंदाला पुढे काय करावे हे सुचत नसल्याने तो लगोलग देशमानेंकडे गेला.

अरविंदाच्या आयुष्यात घडलेल्या या नव्या इपिसोडची कथा ऐकून देशमानेंनीही डोक्याला हात लावला!

असं म्हणतात की माणसाच्या आयुष्यात कधी कधी वाईट काळ येतो;पण तो दुर्दशेचा काळ फार काळ टिकत नाही, रात्रीनंतर दिवस उगवतोच असे अनेकदा त्यांनी ऐकले व वाचले होते:पण इथे अरविंदाच्या जीवनात मात्र थोडीशी उजेडाची तिरीप दिसते ना दिसते तोच पुन्हा घनघोर अंधार पसरत होता!

अरविंदाइतका फुटक्या नशिबाचा दुसरा माणूस त्यांनी अद्याप पाहिला नव्हता!

काही असले तरी अरविंदाला असे वार्‍यावर सोडून चालणार नव्हते ...

देशमाने सुनंदाची समजूत काढण्यासाठी स्वत: सुनंदाला भेटायला गेले. सोबत अरविंदाही होता.सुनंदा अजून रागात होती. देशमानेनाही सुनंदाने चार खडे बोल सुनावले आणि आपला हट्ट पुढे रेटला....वसंता घरात असेपर्यंत तिने घरी यायला साफ नकार दिला.

आपल्या मध्यस्तीचा काहीच उपयोग होत नाही हे लक्षात आल्यावर देशमाने तेथून निघून आले .

'अजून कशी अरविंदाला मदत करता येईल?'

यावर ते नव्याने विचार करायला लागले.

अरविंदा सुनंदाच्या संपूर्ण कह्यात गेलेला आहे आणि वसंताबद्दल त्याला आता पूर्वीसारखी आपुलकी राहिलेली नाही हे त्यांनी मधल्या काळातल्या त्याच्या वागण्याबोलण्यावरून त्यांनी जाणले होते, त्यामुळे वसंताला वेगळ्या ठिकाणी ठेवले तर त्याचा प्रश्न सुटणार होता...

पुन्हा सर्वांना एकत्र आणले तरी तसाही हा पेच सुटेल याची खात्री नव्हती.त्या दृष्टीने बघितले तर वसंताला कुठे तरी ठेवणे आवश्यक होते.

बराच वेळ विचार केल्यावर त्यांना हायवेवर अंधअपंगासाठी असलेल्या सेवाभावी आश्रमाचा मार्ग वसंतासाठी योग्य वाटला. देशमानेनी ताबडतोब अरविंदाला त्या आश्रमात वसंताला ठेवण्याबद्दल सुचवले.

आपल्या पोटच्या गोळ्याला आश्रमात ठेवायची कल्पना ऐकून अरविंदा मोठ्या पेचात पडला होता....

त्याचे स्वार्थी मन विचार करत होते...

"खूप दिवसांनी सुरळीत झालेले आयुष्य पुन्हा बिघडले होते.या वसंतामुळेच मोठ्या प्रयत्नाने मांडलेला आयुष्यातला हा नवा डाव असा अध्यात मोडायची वेळ आली आहे.किती दिवस आपण वसंतात अडकून पडायचे? वसंताला त्याच्या नशिबावर सोडून द्यावे का? आपले अजून अख्खे आयुष्य समोर आहे! त्याच्याबाबतीत काहीतरी निर्णय तर घ्यावाच लागणार आहे! काय करावे? सुनंदा की वसंता? कशाला महत्व द्यावे?"

अरविंदा खूप वेळ स्वत:शी विचार करत राहिला आणि.....

एका क्षणी त्याचा निर्णय पक्का झाला.....

"सुनंदाचे म्हणणे मानायचे! वसंताला आश्रमात सोडायचे!"

त्याने स्वत:च्या सुखाला झुकते माप दिले.त्याच्यातला बाप जरी द्विधा मनस्थितीत होता तरी त्याच्यातल्या पुरुषाने मात्र त्याच्या सोयीचा निर्णय घेवून टाकला होता! या उतारवयात सुनंदाशिवाय एकटे रहायचे ही कल्पनाच त्याला आता सहन होत नव्हती!

"बस्स, ठरले,वसंताला आश्रमात ठेवायचे,आश्रमाची किती का फी असेना,ती आपण भरू शकतो!"

ताबडतोब त्या आश्रमात जावून त्याने चौकशी केली. प्रवेशासाठीचे सर्व सोपस्कार समजून घेतले व तो कामाला लागला.आश्रमाचे संचालक अत्यंत चांगले होते त्यानी अरविंदाची समस्या समजून घेतली व वसंताची जबाबदारी घ्यायची तयारी दाखवली त्याला धीरही दिला..

" आजच्या आज वसंताला आश्रमात सोडून यायचे आणि सुनंदाला आजच घरी घेवून यायचे!"

विचारांच्या गर्तेत अडकलेल्या अरविंदाला अचानक वेळेचे भान आले....

आपल्या मनगटावरच्या घड्याळाकडे पाहून तो पुटपुटला ...

."बापरे,खूप वेळ झाला,आता निघायला हव."

त्याने एका हातात त्या दुर्दैवी अंध वसंताचा हात धरला. दुसऱ्या हातात त्याची बैग घेतली आणि त्याला ओढतच घराबाहेर पडला.....आश्रमात सोडण्यासाठी!

वसंता डोळ्यासमोरच्या अंधारात चाचपडत,आपला बाप नेईल तिकडे पाय ओढत निघाला....

जीवनातल्या नव्या प्रवासासाठी

नाही तरी त्याच्यासमोर दुसरा काय पर्याय होता?

# 2

# त्या दोघी.

आश्रमाच्या हॉलमधल्या भल्या मोठ्या टीव्हीवर कुणाचे तरी व्याख्यान चालू होतं....

त्या दोघी.... सुमन आणि सरूबाई,फक्त नावालाच टीव्हीसमोर बसल्या होत्या;पण त्यांची मनं मात्र दूर कुठेतरी भटकंती करत होती!

कदाचित भूतकाळातल्या आठवणी त्यांच्या मनात पिंगा घालत असतील किंवा अधांतरी भविष्याचा वेध घेण्यात मन भरकटलं असणार....

टीव्हीवरच्या एका वाक्याने मात्र सुमनचं मन पुन्हा टीव्हीकडे वेधलं गेलं, ते भाषण ती मन देऊन ऐकू लागली...

तो तरुण त्याच्या भाषणात सांगत होता...

"आपल्याकडच्या सगळ्या वृद्धाश्रमात कधीतरी जरा डोकावून बघा,तिथे तुम्हाला उद्योगपतींचे वा व्यावसायिक लोकांचे आईबाप सापडतील,शहरी नोकरदार मुलांचे आईबाप सापडतील पण; चुकूनही आमच्या खेड्त शेतकरी असलेल्या पोरांचे आईवडील तिथे सापडणार नाहीत! याचं कारण आहे, इथल्या मातीने त्याच्यावर केलेले उत्तम संस्कार!

आमचा शेतकरी अशिक्षित असला, अडाणी असला, तरी तो मातीत राबत असतो आणि त्या मातीचे उत्तम संस्कार शेतकऱ्यांच्या मुलांवर झालेले असतात! आमची माती कुणाच्याबद्दल कृतघ्नपणे वागायला

"

शिकवत नाही, त्यामुळे शेतकरी असलेला मुलगा आपल्या आईबापाला कधीच वृद्धाश्रमात पाठवत नाही!.."

समोरचा वक्ता पोटतिडिकीने शहरी लोक आईबापांना कसे त्रास देतात,त्यांचा कष्टाचा पैसा व मालमत्ता त्यांच्याकडून कशा प्रकारे पद्धतशीरपणे काढून घेऊन शेवटी त्यांना कसे वृद्धाश्रमात पाठवतात, हे सांगत होता.याउलट खेड्यातले संस्कार कसे टिकून आहेत हे तो पटवून देत होता....

तिला या भाषण करणाऱ्याची गंमत वाटली, अर्धवट माहितीवर तो किती ठामपणे खोटं बोलतोय याचा तिला रागही आला होता...

सुमनने खूण करून सरूबाईचं लक्ष टीव्हीकडे वळवलं आणि तिला ऐकू जाईल इतपत आवाजात पुटपुटली...

"मनाला येईल ते बरळतोय बघ हा मेला! जरा इथं येऊन बघ म्हणावं एकदा आणि मग सांग खरं काय आहे ते! पोपटासारखा मिठू मिठू बोलतोय मेssला!"

सरूबाईलाही ताईचं म्हणणं पटलं होतं...

तिने फक्त होकारार्थी मान डोलावली आणि हवेत हात उडवले ....

टीव्हीवरचे तेच ते रटाळ कार्यक्रम बघून दोघीही आता कंटाळल्या होत्या...

आता तर कसेबसे सात वाजत होते....

संध्याकाळच्या जेवणाची बेल वाजायला अजून अख्खा एक तास होता.तोपर्यंत खोलीत जाऊन बसण्यापेक्षा जरा समोरच्या बागेत फेरफटका मारू असा विचार करून सरूबाई म्हणाली...

"चला ताई जरा बाहेर फेरफटका मारू आपण.."

" चल बाई; पण नेहमीसारखा माझा हात तुलाच धरावा लागेल बरं का, माझे मेलीचे गुढघे चांगलेच कुरकुरायला लागलेत आजकाल...."

" चला, चला मी धरून नेते की तुम्हाला!"

सरूबाईने सुमनला व्यवस्थित आधार देत बागेत आणलं.तिथल्या झाडाच्या पारावर दोघी थोडावेळ विसावल्या...

बाहेर मोकळ्या थंड हवेच्या झुळुकेने दोघींनाही छान प्रसन्न वाटायला लागलं होतं.

सरूबाईला थोडावेळ बागेत फिरावंस वाटत होतं....

ती ताईंना म्हणाली...

" तुम्ही बसा निवांत टेकून,मी फिरते इथं समोर पाच दहा मिनिटे..."

सुमनने हसून मान डोलावली....

सरूबाई समोर हिरवळीवर चकरा मारायला लागली...

समोर चकरा मारणाऱ्या सरूबाईकडे बघता बघता सुमनला मघाशी टीव्हीवरच्या भाषणातले त्या तरुणाचे बोलणे आठवले...

'खेड्यात संस्कार चांगले असतात म्हणे...

माझं एक ठीक आहे, मी एकटी आहे आणि आपल्या मर्जीने इथे रहाते आहे...

शेतीमातीत जर तो तरुण सांगतो तसे चांगले संस्कार मिळतात, तर मग ही सरूबाई खेड्यातल्या शेतकरी घरातलीच आहे की! ती कशी इथं आली?....

काहीतरी बोलत होता! पोपटपंची करत होता नुसता!'

सुमनला सरूबाईने काही दिवसापूर्वी ती इथे का आणि कशी आली, त्याची सगळी कहाणी सांगितली होती.सरूबाईच्या जीवनाचा सगळा चित्रपट सुमनच्या नजरेसमोरून सरकू लागला...

सरूबाई आणि तिचा नवरा दोघेही खूप कष्टाळू होते.सासरे वारल्यानंतर त्यांची वारसाहक्काने आलेली दहा एकर कोरडवाहू जमीन आता है दोघे कसत होते....

ती सगळी जमीन मुरूमाड आणि खडकाळ होती.गामदेव आणि सरूबाई या जोडप्याने या जमिनीचा कायापालट करायचे मनावर घेतले....

दोन मुलांना सकाळी भाकरतुकडा दिला की टिकाव, खोरी,पहारी आणि घमेली घेऊन जमीन सपाट करायचं काम दोघेजण सुरु करायचे.दिवसभर दोघेही राब राब राबत असायचे. खडकाळ ठिकाणी गावठी सुरुंग लाऊन दगड फोडायचा सपाटा त्यांनी लावला.मोकळे झालेले दगड उचलून त्याच्या ताली त्यांनी रचल्या.जमिनीचा एक एक तुकडा त्यांनी सपाट केला....

नामदेवरावाच्या नियोजनाप्रमाणे गावातल्या बेलदाराची गाढवं काळीभोर माती आणून सपाट केलेल्या जमिनीवर आणून टाकत होती.पुढच्या सहा महिन्यात दोन एकर माळरानाचे, नापीक जमिनीचे उत्तम बागायती पिकाऊ शेतीत रूपांतर झाले होते!

त्या काळी सगळी शेतीची कामे बैल आणि अंगमेहनत करूनच करायला लागायची.

मोटेचे पाणी या नव्या जमिनीत येऊ लागले आणि दोडका, मटार, मिरची, घेवडा अशी हिरव्यागार माळव्याची पिके तिथे बहरू लागली.....

सरूबाई आणि नामदेवराव यांच्या घामावर आता नोटांचे कागद जोमाने उगवायला लागले होते....

मुले शाळेत जात होती...

हळूहळू राहिलेली शेतीही मजूर घेऊन सपाट केली गेली....

गावाच्या पंचक्रोशीत एक प्रयोगशील शेतकरी म्हणून या जोडप्याला मानमरताब मिळू लागला. रोकडा उत्पन्न वाढत राहिलं....

पुढचे पंचवीस वर्षें या कुटुंबाने प्रचंड वेगाने प्रगती केली.थोरला मुलगा शिकून तालुक्यातच सरकारी नोकरीत स्थिरावला.धाकटा मात्र अर्धवट शिकून शेतीत मदत करु लागला...

दोन्ही पोरांची लग्ने झाली....

आता सरूबाई आणि नामदेवराव निवांत झाले होते....

नियतीने काही काही माणसांच्या जीवनात सुख नावाची गोष्ट लिहिलेलीच नसते!

तसेच काहीसे झाले...

आयुष्यात नामदेवरावाने केलेले नको इतके कष्ट,दगड फोडताना लागलेले मुके मार आता शाररिक तक्रारीच्या रूपाने त्रास देऊ लागले.हिवाळा आणि पावसाळ्यात शरीराचे सगळे सांधे दुखायला लागले, त्यातच त्यांना शुगरही निघाली....

तशी आता पैशांची ददात नव्हती, त्यामुळे तातडीने डॉक्टरी उपचार चालू झाले...

मधल्या काळात सरकारी धोरणाप्रमाणे त्या भागात औद्योगिक वसाहत जाहीर झाली आणि यांची अध्यापिक्षा जास्त जमीन

एमआयडीसीत जाणार असल्याची नोटीस आली....

काही दिवसांतच सगळे कागदी सोपस्कार होऊन सरकारी रेटप्रमाणे भरपूर म्हणता येईल इतकी रक्कम यांच्या बँकेच्या खात्यात येऊन पडली....

स्वप्नातही कधी विचार केलेला नव्हता एवढी, अक्षरशः कोट्यवधीची रक्कम अचानक मिळाल्याने नामदेवरावाची दोन्ही पोरं आणि त्यांच्या बायकांना पैशाचा प्रचंड लोभ सुटला....

'वाटणी करा आणि आमच्या वाट्याची रक्कम आम्हाला देऊन टाका ' असे दोघांचेही म्हणणे होते...

या पैशाच्या वाटणीसाठी घरात रोज भांडणे होऊ लागली, नको एवढे खटके उडायला लागले....

आजपर्यंत स्वाभिमानाने जगलेल्या आणि आता आजाराने बेजार झालेल्या नामदेवरावाने

'घरात अशा रोजच्या कटकटी नकोत,आज ना उद्या हे सगळं यांचंच आहे की!'

असा विचार करून उरलेली जमीन आणि मिळालेल्या रकमेचे रीतसर तीन हिस्से करून दोन्ही पोरांना वाटून टाकले.एक हिस्सा स्वतःसाठी ठेवला....

जमीन आणि पैसे मिळाल्यावर पोरांनी आपले वेगळे संसार थाटले...

या दोघांनी त्यांच्या स्वतःसाठी एक हिस्सा ठेवला याचा राग दोन्ही पोरांना आला होता त्यामुळे वाटणी देऊनही पोरांनी आपल्या आईबापाला वाळीत टाकले, त्यांच्याशी अबोला धरला होता!

आपण कष्ट करून वाढवलेल्या,ज्यांना तळहाताच्या फोडाप्रमाणे जपले, त्या स्वतःच्या मुलांनी आपल्याला वाटणीपायी एवढी वाईट वागणूक दिली,याचा धक्का बसून नामदेवरावाची तब्बेत अजूनच खालावली....

त्यांना नैराश्य आले आणि डॉक्टरी उपचार घ्यायचे त्यांनी नाकारले...

महिनाभरातच नामदेवरावाने या जगाचा निरोप घेतला....

आपल्या वडिलांचे दिवस पार पडेपर्यंतही दोन्ही पोरांना धीर धरवला नाही! शिल्लक राहिलेल्या पैशासाठी हपापलेल्या मुले आणि सुनांनी पुन्हा सरूबाईंशी कटकटी सुरु केल्या...

अनुभवाने सरूबाई आता खूप काही शिकली होती!

'आता आपल्याला यापुढे विचारपूर्वकच वागायला हवं,या नंतरचे आयुष्य या नालायक पोरांबरोबर काढायचे नाही!' हे सरूबाईने ठरवून टाकलं होतं....

तिने पुढे काही दिवसातच नात्यातल्या एका तरुणाची मदत घेऊन चांगल्या वृद्धाश्रमांची माहिती मिळवायला सुरुवात केली.

एक दिवस सरूबाईने सर्वसोयींनी युक्त अशा या वृद्धाश्रमात आपला मुक्काम हलवला होता....

गेल्या दोन वर्षात एकाही मुलाने सरूबाईची एकदाही चोकशी केली नव्हती!.....

" चला ताई जेवणाची बेल झालीय... "

सरूबाईच्या हाकेने सुमन भानावर आली;पण पुन्हा विचारात हरवली...

सुमनने मनोमन 'आयुष्यात आपण एकटेच राहिलो, लग्न आणि परिवाराच्या जंजाळात आपल्याला त्याने अडकवले नाही याबद्दल देवाचे आभार मानले!'

" काय माहित लग्न झालं असतं आणि आपल्याला मुलं असती तर मिळत असलेल्या सरकारी पेन्शनमधे वाटणी मागायलाही ती इथे वृद्धाश्रमात येऊन भांडत बसली असती! "

प्रथमच सुमनला आपण एकटेच स्वतंत्र आयुष्य जगतो आहोत, याचा अभिमान वाटला आणि दुर्दैवी सरूबाईबद्दल खूप करुणा दाटून आली....

मनोमन त्यांनी ठरवून टाकलं...

'काही झालं तरी सरूबाईला-आपल्या या छोट्या बहिणीला, एकटं पडू द्यायचं नाही, जीवात जीव असेपर्यंत तिला जपायचं, तिच्यावर मायेची पाखर घालायची!!!'

विचारांच्या तंद्रीत असलेल्या सुमनला हलवून सरूबाईने पुन्हा भानावर आणलं...

"चला की ताई, कुठे हरवलाय?"

सरूबाईने हाताला धरून सुमनला उठवलं आणि आधार देत भोजनगृहाकडे नेऊ लागली....

का कुणास ठाऊक; पण सुमनच्या डोळ्यातून आता अश्रू वाहू लागले, सरूबाईला आपल्या मिठीत घेऊन त्यांच्या पाठीवर हात फिरवत ती मनसोक्त रडू लागली.... ती माया, ते प्रेम, त्या करुणेच्या ओल्या स्पर्शाने सरूबाईही अश्रू ढाळायला लागली....

दोघींनाही कळत नव्हतं की त्यांना एवढं रडू का आलंय? ...

वृद्धाश्रमातील बाकीचे वृद्धही दोघींमधले ते स्नेहपूर्ण घट्ट नातं बघून आपापले डोळे पुसत होते...

# 3

# आत्मघात.

रात्रीचे अकरा वाजलेले,नेहमी प्रमाणे महेशचे वाचन चालू होते.

रात्री झोपायला जाण्यापूर्वी थोडेतरी वाचन करण्याचा त्याचा नेहमीचा शिरस्ता होता.

जांभया यायला लागल्या,तसे त्याने पुस्तक मिटले.दिवा बंद करून तो परत बेडकडे निघाला,तेवढ्यात मोबाईल वाजायला लागला.

आता यावेळी कुणाचा फोन आला कुणास ठावूक? असा विचार करतच त्याने मोबाईल हातात घेतला.अनोळखी नंबर वरून तो कॉल होता.

महेशने फोन घेतला.

" कोण ?"

"सर,आपण महेश बोलताय का?"

"हो,आपण?"

"सर तुमच्या ऑफिसमधल्या देशमानेंचा मित्र बोलतोय, इथं एक गडबड झालीय,देशमानेच्या मुलाने गळफास लावून घेतलाय.त्याला आम्ही ससूनला घेवून आलोय.त्याने ताबडतोब तुम्हाला फोन करून हे सांगायला सांगितले होते, म्हणून एवढ्या रात्री फोन केलाय."

एका दमातच त्याने सांगितले.

"आता कसा आहे तो?" महेशने काळजीत पडून त्याला विचारले.

"सर, काही माहीत नाही,त्याला आत घेवून गेले आहेत.बरोबर देशमाने आणि वहिनीही गेल्यात.इकडे आणताना खूपच तडफडत होता हो तो!"

फोन वरील त्या व्यक्तीशी बोलण्यात वेळ घालवण्यात अर्थ नाही याची महेशला जाणीव झाली.

"बर, ठीक आहे मी येतो पंधरावीस मिनिटात."

त्याला सांगून महेशने भराभर आवरायला घेतले.पार्किंग मधून बाईक काढून सुसाट वेगाने तो ससूनकडे निघाला.

देशमाने त्याच्या ऑफिसमधील हेडक्लार्क होता.महेश चारपाच महिन्यापूर्वींच त्या ऑफिसात बदलून आला होता.ऑफिसात जी चर्चा चालायची त्यावरून तरी देशमाने तसा एकदम बदनाम माणूस होता.

लोक म्हणायचे की तो भरपूर करप्शन करतो,सारखा पैशाच्या मागे असतो.तसे त्याचा व महेशचा अद्याप फार संबंध येत नव्हता;पण काही ना काही निमित्ताने ते एकामेकासमोर येत राहीले.ओळख झाली,वरवर बोलणे होवू लागले.

बऱ्याचदा देशमाने स्वत:हून त्याच्याशी बोलायचा,त्यातूनच देशमानेबद्दल त्याला थोडीफार माहिती झाली होती. दिघीजवळ त्याचे घर होते.त्याची बायकोही सरकारी नोकरीत होती.गौरव हा त्यांचा एकुलता एक मुलगा होता.सध्या इंजिनिअरिंगच्या तिसऱ्या वर्षात तो शिकत होता.देशमाने कधी कधी कौतुकाने त्याच्या मुलाबद्दल,बायकोबद्दल सांगत असायचा!

....विचाराच्या तंद्रीत महेश ससून समोर येवून पोहचला..

ससून समोरच्या फुटपाथवरच बाईक लावून महेश ओपीडीमधे शिरला.त्याने चौकशी खिडकीवरविचारून घेतले.व्हरांड्यात एक मध्यम वयाचे गृहस्थ उभे होते.याने काही विचारण्यापुर्वींच ते स्वत:च याच्याकडे आले..

"आपण महेश सर का?"

"हो. तुम्हीच फोन केला होता का?"

"हो सर, मीच केला होता फोन, माझे नाव राऊत, देशमानेच्या शेजारच्या सोसायटीत रहातो,साडेदहाला त्याने मला फोन करून

त्याच्या घरी बोलावले.तेथे गेलो तर आतून बंद खोलीच्या दरवाजावर देशमाने व वहिनी दरवाजा जोराजोरात वाजवत होते गौरवला हाका मारत होते.आतून काहीच प्रतिसाद मिळत नव्हता,शेवटी आम्ही दरवाजा तोडला.बघतो तर पंख्याच्या हुकाला दोरी लावून गौरव लटकलेला! सगळे शेजारीही मदतीला धावले,कसाबसा त्याला खाली घेतला. त्याचा श्वास चालू होता.रिक्षेत घातला आणि आणला ससूनला.आत घेवून गेलेत त्याला अर्धा तास झाला.अजून आतून काहीच समजायला तयार नाही.''

महेशने आतल्या भागात डोकावून अंदाज घेतला.तिथे असलेल्या वार्डबॉयला गाठले व आत जावून बघून यायला सांगितले.थोड्याच वेळात देशमाने व त्याची बायकोने फोडलेला हंबरडा व दोघांचे ओक्साबक्शी रडणे बाहेरपर्यंत ऐकू यायला लागले..

महेश पटकन आत धावला.त्याचेबरोबर आलेले दोन शेजारी त्या दोघांना सावरायचा प्रयत्न करत होते;पण 'आपला लाडका मुलगा आता या जगात नाही' या वास्तवाने दोघेही पूर्णपणे खचले होते,देशमाने कुटुंबासाठी हा खूपच मोठा धक्का होता.

महेशने देशमानेला धरून बाकावर बसवले.वहीनीना आधीच कुणीतरी आधार देवून बसवले होते.त्यांचे दुःखच असे होते की कोणत्या शब्दात आणि कसा त्यांना आधार द्यायचा? दोघेही हमसून हमसून रडत होते.रडून रडून थोड्या वेळाने दोघेही थोडे शांत झाले.

आता पोलीस केस,पोस्टमार्टम असे सोपस्कार झाल्यावरच प्रेत ताब्यात मिळणार होते.महेशने दोघानाही याची कल्पना दिली.त्याने देशमाने व त्याच्या बायकोला समजावण्याचा प्रयत्न केला.'जे झाले आहे त्याला आता इलाज नाही'. हे सांगणे ठीक होते;पण त्यांच्यावर आकाश कोसळले होते!

पुढचे सोपस्कार तर करणे भाग होते.मोठ्या मुश्कीलीने महेशने दोघांची समजूत काढली.राऊत व इतर शेजारी, जे त्यांच्यासोबत आले होते,त्यांच्या सहकार्याने प्रेत ताब्यात घेण्याच्या कामाला महेश लागला.सगळ्या गोष्टी मार्गी लागून प्रेत ताब्यात मिळण्यास सकाळ होणार होती त्यामुळे रात्रभर देशमाने कुटुंबाचे सांत्वन करणे एवढेच

महेशच्या हातात होते.

देशमाने वहिनी आता बऱ्याच सावरल्या होत्या.हळू आवाजात त्या गौरवबद्दल सांगू लागल्या-

"अहो,गेले दोनतीन दिवस खूप शहाण्यासारखा वागत होता! आपली खोली आवरली,कपड्यांच्या घड्या घालून कपाट आवरले. त्याच्या खोलीतला पंखा त्याने दोन दिवसापूर्वी काढला,मी विचारलं,तर म्हणाला की रिपेअर करायचाय! मला काय माहीत तो कशाची तयारी करतोय. मोबाईल मधले फोटोही तो परवा डिलीट करत होता,मी विचारलं तर म्हणाला, खूप फोटो झालेत जरा मेमरी रिकामी करतोय!" वहिनीचे डोळे पुन्हा भरून आले.

"कशी काय शंका आली नाही मला,की अचानक हा असं का करतोय?"

"तो कायम चांगले मार्क मिळवायचा.घरात मदत करायचा.खूप समजदार होता हो,मग असे कसे काय वागला,आम्ही कधी त्याला दुखावले नाही,एकुलता एक म्हणून त्याचे सर्व लाड करायचो आम्ही दोघेही! का असे केलेअसेल त्याने असे?" देशमाने वहिनी मुसमुसत बोलत होत्या.देशमाने मात्र सुन्न होऊन बसला होता.

महेश व तेथे आलेले शेजारी रात्रभर दोघांचे सात्वन करत राहिले.सर्व सोपस्कार पूर्ण करून बॉडी ताब्यात मिळायला सकाळी आठ वाजले.सर्वांच्या सहकार्याने येरवड्यात अंत्यविधी उरकला.

महेश नंतर देशमानेच्या घरी आला.आत्महत्त्या करण्यापूर्वी गौरवने कुठे काही चिठ्ठीचपाटी लिहून ठेवली असण्याची शक्यता होती.महेशने तसे सुचवताच देशमानेने घरात शोधाशोध सुरू केली.बुकशेल्फमध्ये एक कागदी रंगीत पाकीट मिळाले.त्याने घाईघाईने ते उघडले.महेशचा अंदाज बरोबर होता ते गौरवने लिहिलेले ते शेवटचे पत्र होते..

महेश पत्र वाचू लागला..

"आई बाबा मला माफ करा,तुम्हाला अगोदर कोणतीही कल्पना न देता मी हे जग सोडतोय.

मला आता माझ्या मनाविरुध्द जगायचा कंटाळा आला होता! मी तुमचा एकुलता एक मुलगा म्हणून अगदी लहानपणापासून तुम्ही माझे

नको इतके लाड केले.न मागता खेळणी दिली.कॉलेजला जायला महागडी बाईक दिलीत..

मी कसे वागायचे, मी काय खायचे,काय खेळायचे,कोणते कपडे घालायचे,शाळेत कुणाबरोबर मैत्री करायची, अभ्यास कसा करायचा,किती मार्क पाडायचे हे सगळ आईच ठरवायची.माझे एकूण एक निर्णय आईने घेतले.मी कठपुतलीसारखे ते मानायचे!

बाबा तर घरात असून नसल्यासारखे! ते सारखे आपल्याच कामात गर्क असतात,जणू पैसा कमावण्याचे मशीनच! त्यांनी ना कधी माझ्या अभ्यासाची चौकशी केली, ना कुणी मला प्रेमाने विचारले की,बाबा रे तुला काय काय आवडते? माझी मुळीच इच्छा नव्हती,पण आईची इच्छा होती की मी इंजिनिअर व्हावे! मी आईच्या इच्छेखातर इंजिनिअरिंगला गेलो, अभ्यास करत राहिलो,तुम्हाला हवे तेवढे मार्कही पाडले! पण आता खर सांगायला हरकत नाही,हे सगळ मी तुमची मने राखण्यासाठी केले!

तुम्ही तुमच्या अपेक्षा माझ्यावर लादत राहिला आणि तुमच्या समाजातल्या प्रतिष्ठेपायी मी ती ओझी वाहात राहिलो! माझ्यावरची ती अपेक्षांची ओझी आता एवढी वाढली आहेत,की मी त्या ओझ्याखाली गुदमरून गेलोय.

मी कधीच तुम्हाला,त्यातल्या त्यात आईला विरोध करू शकलो नाही,कारण मला तशी तुम्ही सवयच लावलेली नव्हती! मी आतल्या आत घुसमटत जगलो.चेहऱ्यावर तसे कधी दाखवले नाही; पण चीड येत होती सगळ्याची! तुम्हाला माहीत नाही;पण परवा माझा रिझल्ट लागला,आणि आयुष्यात पहिल्यांदाच तीन विषयात फेल झालो! मला नव्हते आवडत ते विषय! आता फेल झालोय हे मी तुम्हाला कसं सांगायचं?

तुमची समाजात नाचक्की झाली असती ना! दोनतीन दिवस खूप विचार केला आणि मग ठरवलं,बस्स! सगळ संपवायचं!तुम्ही तुमची प्रतिष्ठा सांभाळत बसा,मी चाललोय.जिवंतपणी तुमच्या सगळ्या अपेक्षा पूर्ण करत आलो आहे.आता हे अपेक्षाभंगाच दुःख तुमच्या चेहऱ्यावर नाही पाहू शकत मी! म्हणून संपवलंय स्वतःला!

आता काळजी घ्या! .....गौरव"

पत्रातील मजकूर ऐकला आणि देशमाने वहिनीनी पुन्हा हंबरडा फोडला....

महेशचे डोके बधीर झाले होते...

# 4

# विहीर.

ज्ञानबाने खिसा पुन्हा एकदा नीट चाचपून पाहिला.

बैल विकून आलेले पैसे त्याने कोपरीच्या आतल्या खिशात जपून ठेवले होते.

ढवळ्या-पवळ्याचा सौदा करताना त्याला अगदी भरून आले होते.खूप खूप जीव होता त्याचा त्यांच्यावर! भरपूर सेवा केली होती दोन्ही बैलांनी! पण आता दुसरा इलाजच नव्हता.दावणीवर खपाटीला पोट गेलेल्या बैलांना बघून ज्ञानबाचा जीव तीळ तीळ तुटायचा.

एक काळ असा होता की,ज्ञानबाच्या दावणीच्या खिलारी जोडीची-ढवळ्या-पवळ्याची पंचक्रोशीतले शेतकरी चर्चा करायचे! त्यांच्या अंगावर पाणी थांबायचे नाही.पोळ्याच्या सणाच्या मिरवणुकीत सजवलेल्या ढवळ्या-पवळ्याची ऐट काही और असायची.त्यातल्या मारक्या ढवळ्याला तर माणसे खूपच टरकून असायची!

गेले दोन-तीन वर्षे सलग पावसाने ओढ दिली होती.शेतात काहीच पीक आलं नाही.मागच्या वर्षी होती नव्हती ती वैरणकाडी संपली होती.एरवी पावसाळ्यातले चार महिने बैलांना हिरवा चारा मिळायचा;पण दोनतीन वर्षे तसा चारा उगवलाच नाही.सततच्या दुष्काळामुळे माणसाच्या दोन वेळच्या खायचे आणि प्यायच्या पाण्याचे वांदे झाले होते,तर या जित्राबांचे काय होणार?

ज्ञानबाला आपल्या या आवडत्या बैलांचे खाण्यापिण्याचे हाल बघवत नव्हते.बैलांची हाडे दिसायला लागली होती. खूप विचार करून त्याने शेवटी मन दगडाचे करून ढवळ्या-पवळ्याला किकवीच्या बैलबाजारावर आणले होते.गोठ्यातल्या बैलांना विकायला बाहेर काढताना पाहून त्याची बायको तर हमसून हमसून रडायलाच लागली होती; पण बैल विकले तरच निभाव लागेल या विचारावर तो ठाम राहिला होता.

ज्ञानबा बैलांना विकायचं म्हणून बाजारात घेवून आला होता;पण इथे बाजारात सतत पडणाऱ्या दुष्काळामुळे जनावरांचे दलालसुध्दा सौदा करायला राजी नव्हते.कसाबसा एका दलालाने अगदीच भाव पाडून बैल मागीतले, बैलांची येणारी किंमत ऐकून एकदा ज्ञानबाला वाटले की परत घेउन जावे:पण मग परत घरी नेवून त्याना खायला काय घालायचे? शिवाय अर्धवट खोदलेल्या विहिरीच्या कामासाठी जो पैसा कमी पडतोय तो कुठून आणायचा?

मनात आलेला विचार झटकून त्याने दलालाने सांगितल्या किमतीत ढवळ्या-पवळ्याचा सौदा करून टाकला.दलालाकडून मिळालेल्या नोटा त्याने नीट मोजून घेतल्या व कोपरीच्या आतल्या चोरखिशात काळजीपूर्वक ठेवल्या.

किकवीच्या या आठवडा बाजारात तसा एरवीही खिसेकापूंचा सुळसुळाट असतो,आता तर सगळीकडे दुष्काळ पडलेला,त्यामुळे चोऱ्यामाऱ्यात अजुनच भर पडली होती.नकळत त्याचा हात परत परत खिशाकडे जात होता.भराभर पावले टाकीत त्याने एस.टी. स्टँड गाठले. शेवटची एसटी केव्हाच निघून गेली होती.आता त्याने उभ्या असलेल्या जीपकडे मोर्चा वळवला. मिळेल ती जीप पकडून तो आपल्या गावाकडे निघाला.

एके काळी पंचक्रोशीत ज्ञानबाचे वडील फार श्रीमंत नाही तरी खाऊन पिऊन सुखी म्हणून ओळखले जायचे; पण त्यांचा मृत्यूनंतर जणू लक्ष्मीने या घराकडे पाठ फिरवली होती.

पावसाचे प्रमाण कमी कमी होत गेले आणि मग या शेतात आता काही भागत नाही, असा विचार करून ज्ञानबाने वडिलोपार्जित शेतीतील

काही हिस्सा विकून टाकला.हळूहळू होता नव्हता तो पैसा संपला.सोने,नाणे विकले गेले.कोरडवाहू जमिनीत एक विहीर खोदायची हे त्याच्या वडीलांचे एक स्वप्न होते.त्यांच्या हयातीत त्यांनी विहिरीचे कामही सुरू केले होते;पण अर्धवट काम असतानाच ते या जगातून निघून गेले होते.

पुढच्या चार पाच वर्षात पावसाचे प्रमाण अजून कमी कमी होत गेले आणि गेल्या तीन वर्षात तर बिलकूल पाऊस झाला नाही.ज्ञानबाने विचार केला की राहिलेले विहिरीचे काम केले,जर नशिबाने साथ दिली आणि विहिरीला पाणी लागले तर काहीतरी हातपाय हलवता येतील; पण विहिरीचे काम पूर्ण करायचे तर त्यासाठी पैसा कुठून आणायचा?

"काहीही करून आता त्या अर्धवट विहिरीचे काम पूर्ण करायचेच!"

असे त्याने मनाशी पक्के केले.आजूबाजूचे भावकीतले लोक नको नको म्हणत होते पाऊसच पडलेला नाही तर पाणी कसे लागेल असे सगळ्यांचे म्हणणे होते;पण त्याने कुणाचेही ऐकले नाही.

विहिरीच्या कामासाठी त्याने काही जमीन सावकाराकडे गहाण टाकली शिवाय परतफेडीच्या बोलीने भरपूर व्याजानेही काही कर्ज घेतले.त्याने विहिरीचे काम पुन्हा सुरू केले.पाच साडेपाच पुरूष खोलीचे काम होईपर्यंत जमा केलेला सगळा पैसा संपून गेला; पण पाण्याचे बिलकुल नामोनिशान मिळाले नाही!

'बुडत्याचा पाय खोलात' म्हणतात ना, तशी ज्ञानबाची अवस्थ्या झाली होती...

होते नव्हते ते विहिरीच्या कामात घालवले,

आता त्याची बायको आणि तो दोघेही दुष्काळी कामावर मजुरी करण्यासाठी जायला लागले.

दावनीवरच्या बैलांचे खाण्यापाण्यावाचून अजूनच हाल व्हायला लागले.

आता ज्ञानबाने विचार केला की तसेही बैलांचे खाण्याचे हाल चालले आहेत तर हे बैल विकून टाकले तर काही पैसे हाताशी येतील आणि पुन्हा एकदा विहिरीचे काम सुरू करता येईल...

त्याने बैल विकायचा निर्णय घेतला त्याची बायको नको म्हणत होती; पण त्याचा निर्णय पक्का होता.आज त्याने तो निर्णय अमलात आणला होता.बैल विकून आलेली रक्कम घेउन तो घरी पोहचला.

दुसऱ्या दिवसापासून ज्ञानबाने पुन्हा जुळवाजुळव करून विहिरीचे काम सुरू केले...

त्याच्या या वागण्याला गावातले लोक हसत होते,विहिरीच्या पायी त्याला लागलेल्या वेडाची चेष्टा होत होती.तो दिसला की त्याच्याकडे कुत्सित नजरेने लोक बघत होते.

"गेल्या तीन वर्षात पावसाचा थेंब नाही आणि याच्या विहिरीला पाणी कुठून येणार!"

ज्ञानबाला लोकांशी काहीच देणघेण नव्हत,.तो विहिरीला पाणी लागल्यावर काय काय करता येईल याची स्वप्ने बघत होता!

भाद्रपद उलटून गेला;पण पाऊस पडला नव्हता.पूर्ण पंचक्रोशीतले लोक पाण्यासाठी वणवण फिरत होते.कित्येक लोकांनी गाव सोडून शहर गाठले होते.पोटासाठी मिळेल ते काम करत होते....

ज्ञानबाचे विहिरीचे काम चालू झाले.अजून चारपाच फूट खोदाई होऊनही पाण्याचा मागमूस नव्हता.या विहिरीच्यापायी तो आता पुरता कंगाल झाला होता.

देणेकरी घरी हेलपाटे मारायला लागले होते.बैल विकून आलेले पैसेही संपून गेले होते.सावकाराचे तगादे वाढायला लागले.आणि एक दिवस सावकाराने ज्ञानबाला उद्यापर्यंत सगळी रक्कम परत दिली नाही तर सगळी जमीन व घरदार ताब्यात घेतो असे बजावले होते.

बोलेल तसे करणारा तो सावकार होता.त्याला दयामाया नव्हती अनेक गुंड त्याच्या दिमतीला होते.

सावकाराची जप्तीची धमकी आली आणि आता मात्र ज्ञानबा मनाने खचला.आत्तापर्यंत त्याला वाटत होते की आज ना उद्या विहिरीला पाणी लागेल.मग उरलेल्या शेतीत कष्ट करून सगळ कर्ज फेडून टाकू; पण कशाचे काय!

दिवसेंदिवस सावकाराचे तगादे वाढायला लागले.

"घरात खायला दाणा नाही,प्यायला पाणी नाही,होते नव्हते ते विहिरीने गिळून घेतले आणि सावकाराने उद्याचा शेवटचा दिवस दिलाय परतफेडीसाठी. उद्या तो सर्व काही ताब्यात घेणार! काय इज्जत राहील मग गावात?"

अख्खं गाव आपली छी थू करणार ही कल्पनाच त्याला सहन होईना....

"आता काय करायचे?"

त्याला काहीच सुचत नव्हते. त्याचे डोके दुखायला लागले...

डोक्यावर कुणीतरी घन मारतंय असं त्याला वाटायला लागले....

तिरीमिरीत तो उठला.दोन्ही हातात डोके गच्च धरत रस्त्याने पळत सुटला...

सुसाट वेगाने रानात खोदलेल्या विहिरीच्या काठावर आला आणि झोकून दिले विहिरीत स्वतःला!...

विहिरीतल्या जांभ्या दगडावर त्याचे डोके धाडकन आपटले गेले.

रक्ताच्या थारोळ्यात त्याची थोडावेळ तडफड चालू राहिली....

आणि सर्व काही संपले....

कोरड्या विहिरीने ज्ञानबाचा जीव घेतला होता.....

# 5

# बाकडे.

तिचे खरे नाव काय होते ते देवालाच माहीत!

लोक तिला त्या काळात मंजूळा म्हणायचे,आणि त्या नावाने तिला हाक मारली की ती नजरेने प्रतिसाद द्यायची,म्हणून तिचे नाव मंजूळा! तर, ही मंजूळा त्या गावात कधी आली होती,कोठून आली होती,याबद्दल ठाम अस कुणालाच काही सांगता येत नाही! हे बाजारपेठेचे गाव होते,जवळच रेल्वे स्टेशन होते त्यामुळे अनेक अनोळखी चेहरे गावात वरचेवर बघायला मिळायचे.

एसटी स्टँडवरचा सखाराम हमाल म्हणजे इथला जुना माणूस,त्याला या मंजुळाबद्दल थोडीफार माहीती होती,तो सांगतो की, अशीच एक दिवस एका ट्रकमधून ती इथ उतरली.

फार तर दहाबारा वय असेल नसेल! सगळा चेहरा मळलेला,डोक्यावर पिंजारलेले केस,पोटात प्रचंड भूक,डोळे शुन्यात हरवलेले.अंगावरच्या परकर पोलक्याचा मूळचा रंग मुळीच ओळखता येणार नाही एवढा विटलेला.... अशी ती अचानक त्या गावात दिसली.अंगावरच्या कपड्याचे व आजूबाजूच्या लोकांचे तिला मुळीच भान नव्हते! अशा अवस्थेत ती स्टँडवर आली.

ट्रक मधून उतरून आल्याबरोबर तिने टेकायला मोकळी जागा शोधली आणि एसटी स्टँडवरच्या 'त्या' बाकड्यावर तिने आपले बस्तान टाकले,ते कायमचे!

त्या दिवशी तशी तिच्या येण्याची कुणीच दखल घेतली नव्हती;पण दिवस मावळला,रात्र झाली आणि नेहमी स्टँडच्या आसऱ्याला रहाणारी म्हातारी तुळसाबाय तिच्या मुक्कामी आली आणि तिला या आगंतूक पोरीचे आस्तित्व सर्वप्रथम जाणवले.

ही तुळसाबाय अनेक वर्षापासून इथे गावात भिक मागून दिवस काढायची.तिला घर होते ना दार,त्यामुळे रात्री इथल्या बाकड्यावरच ती पथारी टाकायची.

या नव्या मुलीला तिने पाहीले आणि तिची चौकशी करायचा प्रयत्न केला;पण हीची भाषा तिच्यापर्यंत पोहोचलीच नाही. एकदम निर्विकार चेहरा होता तिचा!

'असेल कुणी वेडी' असे समजून तुळसाबाय त्या दिवसापासून तिची काळजी घ्यायला लागली. ही मात्र कायम शुन्यात नजर लाऊन त्या बाकड्यावर बसलेली असायची.येणारे जाणारे लोक तिच्यासाठी भाकर तुकडा द्यायला बघायचे;पण ती ढुंकूनही त्याकडे बघायची नाही.बाकड्याच्या कडेला असे लोकानी टाकलेले अन्न पडून रहायचे.

मग कधीतरी अचानक उठून ती अधाशासारखी ते अन्न गपागप खायला लागायची.तिचे ते खाणे पाहून समोरच्या माणसाला अगदी किळस यायची!

दिवस असेच जात होते. तुळसाबाय तिच्याशी बोलायचा प्रयत्न करत रहायची;पण तिच्या तोंडातून एकही शब्द फुटला नव्हता.तिला बहुतेक मराठी येत नसावे,कारण कुणी काही बोलले, तिच्या अंगावर ओरडले तरी तिला काही समजल्याचे तिच्या चेहऱ्यावर दिसायचे नाही.

या तुळसाबायनेच तिला नाव दिले होते -मंजुळा!

दिवस जात होते ...या वेडया मंजुळेची होता होईल तेवढी काळजी तुळसाबाय घेत होती; पण तिच्या प्रयत्नांना मंजुळेचा बिल्कूल प्रतिसाद नव्हता! एरवी तुळसाबाई म्हणजे आपली भिक बरी आणि आपण बरी, अशा स्वभावाची परंतू मंजुळेला पाहून तिच्यातही बदल झाला होता.

तारुण्याच्या उंबरठ्यावरची मंजुळा एसटी स्टँडवर आली आणि तुळसाबाईला मंजुळा म्हणजे तिची जबाबदारी असल्यासारखे वाटायला लागले.एक तर कुठलेही वास्तवाचे भान नसलेली ती वेडी मुलगी,त्यातून

तारुण्याच्या खुणा नुकत्याच शरीरावर दिसायला लागलेल्या, त्यामुळे तर तिला मंजुळेची जास्तच काळजी वाटायची.

पूर्वी सहसा ती रात्रीशिवाय स्टँडवर यायची नाही;पण जशी मंजुळा तेथे रहायला आली त्या दिवसातून तीनचारदा तरी ती परत तेथे चक्कर मारायला लागली.

दोघीही तशा निराधार,ना नात्याच्या ना गोत्याच्या,एवढेच काय एकमेकींची भाषाही त्यांना उमगत नव्हती,तरीही तुळसाबायच्या अंतरात कुठेतरी माणुसकीचा कोंब फुटला होता.एरवी आपल्याच तंद्रीत वावरणारी मंजुळा आजकाल तुळसाबायने केलेल्या खाणाखुणा थोड्याफार समजायला लागली होती,तिने दिलेलं खात होती.कधीमधी ती जवळच्या तळ्यावर नेवून मंजुळेला आंघोळ घालत होती... बस एवढंच, तिचे ते भावहीन डोळे तसेच होते.ना कधी तिच्या तोंडातून कधी एखादा शब्द उमटला,ना कधी तिला कुणी रडताना पाहिले!

असाच जवळ जवळ दोन वर्षांचा काळ उलटला.या काळात तुळसाबाय अजून म्हातारी झाली आणि मंजुळा तरुण!
एक दिवस तुळसाबाय लवकरच बाहेर गेली होती.मंजुळा नेहमीप्रमाणे शुन्यात नजर लाऊन बाकड्यावर बसली होती.एसटीस्टँड नेहमीप्रमाणेच सुस्त होता.कुठून तरी दोघे आडदांड तरुण आले आणि त्यांनी मंजुळेचं बखोट पकडून तिला बाहेर नेवू लागले.तिने क्षणभर भेदरून इकडे तिकडे पाहिले;पण क्षणभरच,ते लोक तिच्याशी काय बोलले कुणास ठाऊक, परंतु त्या नंतर ती नंतर निमुट.पणे त्या तरुणांबरोबर निघून गेली.बाहेर उभ्या गाडीत अजून एकजण बसलेला होता त्याच्या बाजूला मंजुळेला बसवून ते लोक अचानक आले तसे घेवून गेले!

जशी अचानक ती आली होती तशीच रहस्यमय पध्दतीने मंजुळा गायबही झाली होती!
संध्याकाळी तुळसाबाय स्टँडमधे आली तर मंजुळा गायब झालेली होती.तिने इकडे तिकडे चौकशी केली; पण त्या वेडया मुलीचे काय झाले कुणालाच माहीत नव्हते.तुळसाबायच्या मनात मात्र नको नको ते विचार यायला लागले.रात्र वाढायला लागली तशी ती अजूनच काळजीत

पडली. मंजुळाला शोधायला तिने आख्खे गाव पालथे घातले; पण तिला पाहिल्याचे कुणाकडूनच समजले नाही.कुणाची कोण ती पोरगी, त्यातही वेडी ,पण तिच्या अचानक जाण्याने तुळसाबायने हाय खाल्ली,ती खचून गेली.आजारी पडली.पंधरावीस दिवसातच ती होत्याची नव्हती झाली.स्टँडवरची तुळसाबाय इतिहासजमा झाली!

दिवस जात राहिले. पाच सहा वर्षं गेली...

एसटी स्टँडवरची ती म्हातारी आणि तिच्याबरोबर बाकड्यावर रहाणारी ती वेडी मुलगी लोक विसरूनही गेले होते! एक दिवस अचानक उत्साहाने सळसळती ती मंजुळा स्टँडवर दाखल झाली...

आल्या आल्या शोधक नजरेने तिने आख्खे स्टँड पालथे घातले. ही बाई इथं काय शोधते आहे ते कुणालाच माहित असणे शक्य नव्हते कारण काळाबरोबर इथली माणसेही हरवली होती!

आधीची वेडसर शून्यात हरवलेली मंजुळा आणि आजची ही मंजुळा यात जमीन अस्मानाचा फरक होता.जशी जशी ती स्टँडवर फिरत होती तिला एक एक गोष्ट स्मरायला लागली होती! स्टँडवर ज्या बाकड्यावर तिचे ते हरवलेले दिवस तिने काढले होते तेथे आल्यावर तिला बरेच काही आठवायला लागले.

आता तिला तिची काळजी घेणारी ती म्हातारीही आठवली.आता तिला त्या म्हातारीला भेटायची घाई झाली होती! ती कानडीतून भेटणाऱ्या प्रत्येकाला त्या म्हातारीबद्दल -तुळसाबायबद्दल विचारायला लागली,तिची ती भाषा तिथे कुणालाच समजत नव्हती.त्या दोघींना एकत्र पाहिलेले तेथे आता कुणीच नव्हते.

नेमका सहज म्हणून म्हातारा सखाराम हमाल त्याचवेळी स्टँडवर आला.त्याला मंजुळा दिसली.तिचे ते पालटलेले रूप पाहून त्याला खूपच आश्चर्य वाटले.ती बोलत असलेली भाषा कानडी असावी असे त्याला वाटले. खात्री करण्यासाठी त्याने पलीकडे पुलाच्या कामावरच्या कानडी मुकादमाला बोलावून घेतले.

मंजुळा कानडी भाषेतच बोलत होती..

तो मुकादम दुभाषी झाला.आता कुठे मंजुळा काय बोलतेय ते सखारामाला समजायला लागले.सखारामाने तिला पडलेल्या सगळ्या

प्रश्नांना उत्तरे दिली .

'आपल्या गायब होण्यामुळे तुळसाबाय मेली' हे ऐकून मंजुळेला रडू फुटले!

सखारामाने त्या दोघींचे त्यावेळचे नाते डोळ्याने पाहिले होते.त्याने मंजुळेची सगळी हकीगत जाणून घेतली.लेकीच्या मायेने तिला समजावले.हा जगावेगळा संवाद आजूबाजूचे प्रवासी आश्चर्याने बघत होते!

एसटी स्टँडवरच्या एका बाकड्याबरोबरचे त्या कानडी मुलीचे नाते खरंच आगळेवेगळे होते!

मंजुळेने तिचा सगळा जीवनप्रवास उघड केला ...

झाले होते ते असे होते....तिला घ्यायला आलेले ते दोन आडदांड तरुण तिच्या विजापूर शहरातले व तिला ओळखणारे होते.कानडीशिवाय तिला कोणतीच भाषा येत नव्हती.तिच्या आईवडीलांची ही एकुलती एक मुलगी होती.

तिच्या आईवडीलांच्या अचानक झालेल्या अपघाती निधनाने हिच्यावर आकाश कोसळले होते.आपण निराधार झालो याचा तिच्या मनावर प्रचंड आघात झाला होता.त्यातच तिला वेडाचा झटका आला आणि वाट मिळेल तशी भरकटत भरकटत ती या गावात आली होती.

भ्रमिष्ट अवस्थेत तुळसाबायच्या आधाराने ती येथे राहिली.तिचे नातेवाईक तिला सर्वत्र शोधत होते ;पण हिचा पत्ता लागत नव्हता.

त्यावेळी हे दोघेजण काही कामानिमित्त या गावाला आले होते त्यावेळी त्यांनी हिला पाहिले;पण ओळख दिली नाही.

तिची झालेली ती अवस्था परत गेल्यानंतर तिच्या चुलत्याला सांगितली तिच्या चुलत्याने त्या लगेच दोघांना गाडीत घातले आणि हे गाव गाठले,अचानक तिच्यासमोर येवून तिच्याशी गोड बोलून आपल्याबरोबर घेवून गेले.

आईवडीलांच्या अकाली जाण्याने मंजुळा वेडी झाली होती.तिचे नशीब चांगले म्हणून कुणा गुंडांची नजर तिच्यावर पडली नव्हती नाहीतर तिची काय अवस्था झाली असती याची कल्पना न केलेलीच बरी!

विजापूरला पोहचल्याबरोबर तिच्या चुलत्याने लगेच तिच्यावर मानसोपचार सुरू केले.

मधे पाच सहा वर्षांचा काळ गेला होता.

हळूहळू मंजुळा सुधारली मधल्या काळातले तिला फार काही आठवत नव्हते.ती कोणत्या परिस्थितीतून गेली होती हे चुलत्याने तिला सांगितले तेंव्हा तिचा विश्वासच बसेना!

आपल्याला त्या वाईट काळात ज्या गावाने सांभाळले त्या ठिकाणी जायची तिला उत्सुकता लागली होती.

इथे आल्यावर आयुष्यातला तो हरवलेला प्रवास तिला समजला या गावाचे आपल्यावर किती उपकार आहेत याची तिला जाणीव झाली. तिचे खरे नाव या गावाला माहीत नव्हते.आणि आता ती ते कुणाला सांगणारही नव्हती.

यापुढच्या जीवनात येथे ती मंजुळा म्हणून हक्काने पुन्हा पुन्हा येणार होती!

आपल्या त्या पालनकर्त्या बाकड्यावर बसून नव्याने मिळालेल्या जीवनाबद्दल आभार व्यक्त करत रहाणार होती, निर्जीव बाकड्याशी जुळलेले ते नाते जीवापाड जपणार होती, जिवंत असेपर्यंत!

# 6

## सुटका.

"हे बघ; जखम भरून यायला सातांठ दिवस तरी लागतील,वेळच्यावेळी बँडेज बदलायला पाहिजे."

जखमेवरची पट्टी बदलून झाल्यावर डॉक्टर देशपांडेमॅडम लताला समजावत होत्या.

"हो डॉक्टर,घेईन मी काळजी!"

थकलेल्या आवाजात लताने प्रतिसाद दिला....

देशपांडेमॅडम लताच्या कुटूंबाच्या फक्त फॅमिली डॉक्टरच नव्हत्या तर दोन्ही कुटूंबे एकमेकांच्या सुखदुःखातही

सोबत असायची.

पंधरा दिवसापूर्वींच लग्न लाऊन पाठवणी केलेली लता डोक्याला जखम घेऊन परत आली होती....

लताला अशा अवस्थेत एकटीच न कळवता आलेली पाहून तिचे आईबाबा चांगलेच हादरले होते.

लता जरी 'घरात घसरून पडले' असं सांगत असली तरी तिच्या आईला ते बिलकूल पटलेले नव्हते.

लताच्या नव्या संसारात नक्कीच काहीतरी गंभीर घडले असावे या शंकेने दोघांचे हातपाय गळून गेले होते.

तिला अशा अवस्थेत काही विचारायचाही धीर होत नव्हता.

आल्यापासून ती गप्प गप्पच होती त्यामुळे तर आईला अजूनच चिंता लागली होती.

लता आपल्याला खरं काय ते सांगणार नाही हे माहीत होते म्हणूनच आईने देशपांडे मॅडमला फोन करून परिस्थितीची कल्पना दिली होती.

लताचे नक्की काय बिनसलंय ते आपली ही मैत्रीण तिच्याकडून नक्कीच काढून घेईल याची तिला खात्री होती.... .

डॉक्टर मॅडमनी दोन दिवस वरवर चौकशी करत लतावर उपचार केले.

तिसऱ्या दिवशी पट्टी बदलायला आल्यावर मात्र त्यांनी विषयाला हात घातला..

"छान भरून आलीय जखम! आता काळजी मिटली...."

तिचा अंदाज घेत पाठीवर मायेनं हात फिरवत त्यांनी विचारले....

"बरं बेटा,मला खरं खरं सांगशील का,नक्की काय लागलंय डोक्याला?"

"सांगितलं ना काकू, मी घसरून पडले!"

"हे बघ लता,मला माहीत आहे ही जखम पडल्यामुळे झालेली नाहीये! अग तुझ्या आई बाबांनासुद्धा तू जे सांगतेस ते पटलेलं नाही,खूप काळजीत आहेत दोघे;आणि खरं सांगायचं तर मी तुला अगदी लहानपणापासून ओळखते,तुला मुळी खोटं बोलताच येत नाही! तेव्हा नक्की काय झालंय ते या तुझ्या काकूला सांग,आपण सगळे मिळून काही समस्या असली तर मार्ग काढू. माझ्यावर विश्वास ठेव तू जे काही सांगशील ते केवळ तुझ्या माझ्यातच राहील..."

गेले पंधरा दिवस लता प्रचंड तणावाखाली होती.तिच्या स्वप्नांचे इमले धुळीला मिळाले होते.प्रचंड दुःख तिने आत दाबून धरले होते.विचार करून करून डोकं फिरायला लागलं होतं.आईबाबांशी हे सगळं बोलणं केवळ अशक्य होतं! देशपांडे काकूंनी तिला बोलतं करायचा प्रयत्न करताच इतके दिवस प्रयत्नपूर्वक अडवून ठेवलेल्या भावनांचा बांध फुटला.तिला रडू फुटलं ....

मॅडमनी तिला जवळ घेतलं,तिला मनसोक्त रडू दिलं.तिच्या पाठीवर थोपटत राहिल्या...

रडण्याचा भर ओसरल्यावर त्यांनी तिला प्यायला पाणी दिलं.ग्लासभर थंड पाणी प्यायल्यावर लताला बरं वाटलं...

" मोकळेपणाने बोल लता,नक्की काय झालंय?"

'मॅडमना खरं सांगू की नको?'

ती थोडी भांबावून गेली;पण क्षणभरच! तिने ठरवून टाकलं- 'आता काहीही लपवायचं नाही,कितीही भयानक असलं,तरी सत्य काय आहे ते सांगून टाकायचं!'

ती सावरून बसली....

डोळ्यातलं पाणी पुसता पुसता ती बोलू लागली....

"काकू,कसं सांगावं ते कळत नाही. पंधरा दिवसापूर्वी आपण सगळे किती आनंदात होतो ना? माझ्या लग्नात सगळे मस्त एन्जॉय करत होते,मलाही लग्न होऊन सासरी जायचे वेध लागले होते,प्रशांतबरोबरच्या माझ्या आंनदी सहजीवनाची मी रम्य स्वप्ने रंगवली होती आणि ती स्वप्ने सत्यात यायची वेळ जवळ आली होती,

खूप खुश होते मी,पण....."

मॅडमनी पाण्याचा ग्लास पुढे केला,लताने दोन घोट पाणी प्यायले आणि पुढे बोलू लागली....

"...पण...,लग्नानंतर आठवडाभरातच माझ्या त्या सगळ्या स्वप्नांची राखरांगोळी झालीय हे माझ्या लक्षात आलं! माझी निवड संपूर्णपणे चुकलीय काssकू....."

लता पुन्हा रडू लागली.मॅडम गूकपणे तिला जवळ घेऊन पाठीवर थोपटत राहिल्या....

काही क्षणातच लता सावरली....

"आईबाबांना त्रास होऊ नये म्हणून मी सगळं सहन करत राहीले;पण त्या दिवशी मात्र माझी सहनशीलता संपली आणि मी जीव तोडून त्याला विरोध केला.माझा प्रतिकार बहुतेक प्रशांतला अनपेक्षित होता.तो चिडला आणि त्याने हातातली बियरची बाटली माझ्या डोक्यावर मारली..."

"त्याच्यातला 'तो' राक्षस जागा झाला होता! संधी पाहून मी त्याला बेडरूममध्ये कोंडला,जखम हाताने दाबून कशीबशी शेजारच्या

दवाखान्यातून पट्टी लावली,आता इथे थांबायचं नाही विचार केला आणि हाताला येतील ते कपडे घेऊन,मिळेल ती गाडी पकडून सरळ मी पुणे गाठले..."

मॅडमनी लताला विश्वासात घेऊन तिचे लग्न ते आत्तापर्यंतची तिची दुर्दैवी कहाणी समजून घेतली....

बिदाईच्या वेळी हसती खेळती असलेली लता आज मात्र पार कोमेजून गेली होती....

लताचे लग्न होऊन ती आपल्या पतीबरोबर सुरुवातीला कोल्हापूरला गेली.देवदेव उरकून ती प्रशांतसह एका दिवसासाठी माहेराला आली आणि दुसऱ्याच दिवशी बंगलोरला गेली.आपल्या एकुलत्या एक मुलीची सासरी पाठवणी केल्यावर वसंतराव आणि हौसाबाईला घर खायला उठत होतं.घरातलं सळसळतं चैतन्यच जणू निघून गेलं होतं;पण आपली लेक योग्य स्थळी पडली, युनिव्हर्सिटीतला गोल्ड मेडलिस्ट जावई मिळाला म्हणून दोघेही प्रचंड खूष होते.प्रशांत एका बड्या कार्पोरेटमध्ये एचआर हेड होता.कोल्हापुरात त्याची वयस्करआई रहात होती....

लग्नानंतर खरं तर ते हनिमूनला मसुरीला जाणार होते; पण प्रशांतने ऐनवेळी हनिमूनचा प्लॅन कॅन्सल करुन कंपनीत काही इश्यू आल्याचे सांगून लताला घेऊन सरळ बंगलोर गाठले.प्रशांतचे असे वागणे लताला खूप खटकले होते;पण ती शांत राहिली.....

काही दिवसातच प्रशांतने घातलेला सभ्यतेचा बुरखा गळून पडला....

ऑनलाईन मॅट्रिमोनी साईटवर जुळलेल्या लताच्या लग्नात तिची साफ फसवणूक झाली होती!

विकृत मनोवृत्तीच्या विविध व्यसने करत असलेल्या प्रशांतचे खरे रूप हळूहळू लताच्या समोर यायला लागले.दारू ढोसून रात्री पॉर्न फिल्म्स लावून तो लताबरोबर विकृत चाळे करण्यासाठी तिच्यावर जबरदस्ती करू लागला.विरोध केला की तो तिला मारहाण करू लागला...

आपल्या वैवाहिक आयुष्याबद्दल किती मोरपंखी स्वप्ने लताने पाहिली होती!त्या स्वप्नांची पार वाट लागली होती....

त्यातच प्रशांतने तिचे सिमकार्ड काढून घेतले.तिने फोनवर कुणाला काही सांगू नये म्हणून त्याने व्यवस्थित नियोजन केलेले होते.

'इथल्या गोष्टी कुणाला कळल्या तर तुझी खूप बदनामी करेन'

तो लताला सतत धमकावत राहिला.कामावर जाताना तो घराला बाहेरून कुलूप घालून जायचा!

आईबाबांना जर आपली इथली परिस्थिती समजली तर त्यांना खूप दुःख होईल,'जे काय आपल्या नशीबात असेल ते भोगत राहू' असा विचार करुन सगळ्या नरकयातना ती सहन करत राहिली.....

त्या दिवशी मात्र तिच्या सहनशीलतेचा कडेलोट झाला,सतत दोन दिवस प्रशांत नशेत होता...,तिला शिवीगाळ करत होता.तिच्या चारित्र्यावर शिंतोडे उडवण्यापर्यंत आता त्याची मजल गेली होती.....

आपल्या आयुष्याची चालू असलेली धूळधाण आता लताला नको नको झाली होती.तिचा मुळचा बंडखोर स्वभाव जागृत झाला होता.

"का सहन करतोय आपण हे सगळं? अशा नरकयातना भोगत राहण्यापेक्षा जे होईल ते होईल, या नालायक माणसाबरोबर आयुष्य काढायचं? छे, मुळीच नाही, बास,आता इथून सुटका करुन घ्यायची..."

तिने तिरीमिरीने प्रशांतला प्रथमच त्याच्या वागण्याचा जाब विचारला...प्रचंड नशेत असलेला तो चिडून हिच्या अंगावर धावून आला.. हातातली बाटली त्याने लताच्या डोक्यावर मारली.प्रसंगावधान राखून लताने प्रशांतला बेडरूममध्ये ढकलून कोंडून टाकले.आपली बैग घेऊन फ्लॅटचे दार ओढून ती बाहेर पडली..

बाजूच्या इमारतीतल्या क्लिनिकमध्ये काहीबाही सांगून जखमेवर बँडेज लावून घेतले आणि तिने सरळ पुण्याची बस पकडली....

लता अशी अचानक आलेली बघून आईबाबा चांगलेच घाबरले;पण लताने त्यांना 'काळजी करु नका'असे सांगितले.डोक्याची जखम डॉक्टरकाकूंना दाखवायला ती गेली.लताच्या आईने डॉक्टर मॅडमना फोन करुन आपली शंका बोलून दाखवली होती त्यामुळेच मॅडमनी लताला बोलत केलं होतं....

हसत्या खेळत्या लताची लग्नानंतर झालेली दुर्दशा ऐकून देशपांडेमॅडमही हादरून गेल्या.....

"एवढ्याशा आयुष्यात काय काय सहन केलं असेल ना या मुलीनं!"

"काकू, मला त्या विकृत मानसिक रुग्णाबरोबर आयुष्य काढायचं नाहीये, मला यातून सुटका हवीय!"

" हो बाळा नाहीच जायचं आता,वरवरच्या देखाव्याला भुलून,फार चौकशी न करता तुझं लग्न लावून दिलं, मुली माफ कर आम्हा सर्वांना...."

आई आणि बाबा कधी मागे येऊन उभे राहिले ते तिला समजलेच नव्हते!

लता आईच्या गळ्यात पडून रडू लागली आईबाबांच्या डोळ्यातून अखंड अश्रू वाहत होते...

मॅडमनी लगेचच त्यांच्या वकील मैत्रिणीला फोन लावला..

लताची या जोखडातून सुटका करणे आता आवश्यक झाले होते..